இதன் பெயரும் கொலை

கிழக்கு பதிப்பக வெளியீடுகளாக சுஜாதாவின் புத்தகங்கள்

21ம் விளிம்பு
24 ரூபாய் தீவு
6961
அப்பா, அன்புள்ள அப்பா
அப்ஸரா
அனிதா - இளம் மனைவி
அனிதாவின் காதல்கள்
அனுமதி
ஆ..!
ஆட்டக்காரன் சிறுகதைகள்
ஆதனிலால் காதல் செய்வீர்
ஆயிரத்தில் இருவர்
ஆர்யபட்டா
ஆழ்வார்கள்:ஓர் எளிய அறிமுகம்
ஆஸ்டின் இல்லம்
இதன் பெயரும் கொலை
இரண்டாவது காதல் கதை
இருள் வரும் நேரம்
இளமையில் கொல்
இன்னும் ஒரு பெண்
உள்ளம் துறந்தவன்
ஊஞ்சல்
எதையும் ஒரு முறை
என் இனிய இயந்திரா
என்றாவது ஒரு நாள்
ஐந்தாவது அத்தியாயம்
ஒரு நடுப்பகல் மரணம்
ஒரே ஒரு துரோகம்
ஓடாதே
ஓரிரவில் ஒரு ரயிலில்
ஓரிரு எண்ணங்கள்
ஓலைப்பட்டாசு
கடவுள் வந்திருந்தார்
கமிஷனருக்குக் கடிதம்
கம்ப்யூட்டரே ஒரு கதை சொல்லு
கம்ப்யூட்டர் கிராமம்
கரையெல்லாம் செண்பகப்பூ
கற்பனைக்கும் அப்பால்
கனவுத் தொழிற்சாலை
காயத்ரி
குருபிரசாத்தின் கடைசி தினம்
கை
கொலை அரங்கம்
சிங்கமய்யங்கார் பேரன்
சில வித்தியாசங்கள்
சிவந்த கைகள்
சிறுகதை எழுதுவது எப்படி?
சின்னச் சின்னக் கட்டுரைகள்
சொர்க்கத் தீவு
டாக்டர் நரேந்திரனின் வினோத வழக்கு
தங்க முடிச்சு
தப்பித்தால் தப்பில்லை
திசை கண்டேன் வான் கண்டேன்
தீண்டும் இன்பம்
தூண்டில் கதைகள்
தேடாதே
தோரணத்து மாவிலைகள்
நகரம் சிறுகதைகள்
நிர்வாண நகரம்
நில் கவனி தாக்கு
நில்லுங்கள் ராஜாவே
நிறமற்ற வானவில்
நிஜத்தைத் தேடி
நைலான் கயிறு
பதினாலு நாள்கள்
பத்து செகண்ட் முத்தம்
பாதி ராஜ்யம்
பாரதி இருந்த வீடு
பிரிவோம் சந்திப்போம்
ப்ரியா
மண்மகன்
மத்யமர்
மலை மாளிகை
மனைவி கிடைத்தாள்
மாயா
மிஸ் தமிழ்தாயே நமஸ்காரம்
மீண்டும் ஒரு குற்றம்
மீண்டும் தூண்டில் கதைகள்
மீண்டும் ஜீனோ
முத்ல் நாடகம் - நாடகங்கள்
மூன்றுநாள் சொர்க்கம்
மெரீனா
மேகத்தைத் துரத்தியவன்
மேலும் ஒரு குற்றம்
மேற்கே ஒரு குற்றம்
ரயில் புன்னகை
ரோஜா
வசந்த காலக் குற்றங்கள்
வாய்மையே சில சமயம் வெல்லும்
வாரம் ஒரு பாசுரம்
வானத்தில் ஒரு மௌனத்தாரகை
விக்ரம்
விடிவதற்குள் வா
விபரீதக் கோட்பாடு
விருப்பமில்லா திருப்பங்கள்
விரும்பிச் சொன்ன பொய்கள்
விவாதங்கள் விமர்சனங்கள்
விழுந்த நட்சத்திரம்
வைரங்கள்
ஜன்னல் மலர்
ஜீனோம்
ஜோதி
ஸ்ரீரங்கத்து தேவதைகள்

இதன் பெயரும் கொலை

சுஜாதா

கிழக்கு

இதன் பெயரும் கொலை
Idhan Peyarum Kolai
by Sujatha
Sujatha Rangarajan ©

First Edition: April 2010
216 Pages
Printed in India.

ISBN 978-81-8493-412-0
Kizhakku - 472

Kizhakku Pathippagam
177/103, First Floor,
Ambal's Building, Lloyds Road
Royapettah, Chennai 600 014.
Ph: +91-44-4200-9603
Email : support@nhm.in
Website : www.nhm.in

Cover Image : Shutterstock ©
Backcover Image : Rahul Senthooran

Kizhakku Pathippagam is an imprint of New Horizon Media Private Limited

This book is sold subject to the condition that it shall not, by way of trade or otherwise, be lent, resold, hired out, or otherwise circulated without the publisher's prior written consent in any form of binding or cover other than that in which it is published and without a similar condition including this the rights under copyright reserved above, no part of this publication may be reproduced, stored in or introduced into a retrieval system, or transmitted in any form or by any means (electronic, mechanical, photocopying, recording or otherwise), without the prior written permission of both the copyright owner and the above-mentioned publisher of this book.

ப்ரேர்ணா தன்னைச் சுற்றி நிகழ்ந்தது எதுவும் சரியாகப் புரியாத நிலையில் இருந்தாள். கணவனின் தற்கொலைக்குக் காரணம் என்னவென்று புரியாமல், கந்தசாமி கோவில் அருகில் இரவில் அலைந்து கண்டுபிடிக்கப்பட்டு, ஆஸ்பத்திரியில சிகிச்சை அளிக்கப்பட்டு, பெங்களூருக்கு நிம்மதி தேடி அழைத்துச் செல்லப்பட்டு, ஒரு நாளில் போலீசால் கைது செய்யப்பட்டு, மீண்டும் சென்னைக்குக் கொலைக்குற்றம் சாட்டிக் கொண்டு வரப்பட்டு, கடந்த தினங்கள் முழுவதும் செயப்படு பொருளாகவே மற்றவர் தயவில் இயங்கி யிருக்கிறாள்.

முன்னுரை

கணேஷ்-வஸந்த் தோன்றும் இருபத்தைந்தாவது நாவல் இது. தொலைக்காட்சியில் சுஹாஸினி இயக்கும், தோன்றும் தொடரில் வருகிறார்கள். கணேஷ்-வஸந்தின் தோற்றத்தைப் பற்றி பலருக்குப் பலவிதமான மன வடிவங்கள் இருக்கின்றன. தொலைக்காட்சியில் காட்டும்போது ஒவ்வொரு பிம்பத்தையும் நிறைவேற்றுவது கஷ்டம். இதனால் அவர்கள் தோற்றத்துக்கு அப்பாற்பட்ட கதையின் சுவாரஸ்யத்தில் கவனம் செலுத்துமாறு சுஹாஸினியிடமும் பர்யாவிடமும் சொன்னேன். இந்தச் சங்கடம் எல்லாப் பிரபல எழுத்தாளர்களுக்கும் உண்டு. கல்கியின் 'பொன்னியின் செல்வன்' இதுவரை திரை வடிவத்தில் வராததற்கும் ஜானகிராமனின் 'மோகமுள்' திரைக்கு வந்தும் பலருக்குத் திருப்தி தராததற்கும் காரணம் மனபிம்பமும் திரை பிம்பமும் ஒத்துப் போகாததுதான்.

'இதன் பெயரும் கொலை', குமுதம் வார இதழில் தொடர்கதை யாக வந்தது.

சுஜாதா
சென்னை

1

தொப்பி, நீதிபதியின் மேசைமுன் வைக்கப் பட்டிருந்தது. காபி கலரில் சற்றே பழசாக இருந்தது. டைப் அடித்துக்கொண்டிருந்த கோர்ட் க்ளார்க் அதை நாய் கொண்டு வந்த வஸ்துவைப்போல் பார்த்துக்கொண்டிருக்க, கணேஷ் அதை எடுத்தான்; ஆராய்ந்தான்.

கணேஷ் மெள்ள வந்து சாட்சி சோமசேகரைக் கண் கொட்டாமல் பார்த்தான். வஸந்த் ஒரு இன்ஜங்ஷன் வாங்க மற்றொரு கோர்ட்டுக்குப் போயிருந்தான். கணேஷிடம் கேஸ் காகிதங்கள் ஏதும் இல்லை. சமயோஜிதம் தேவைப்பட்டது. அட்ஜர்ன்மெண்ட் வாங்க முடியாது. பாண்டே கோவித்துக் கொள்வார்.

வோல்டேஜ் பஞ்சம். மின்விசிறி அசதியாகச் சுற்றிக் கொண்டிருந்தது. வெளியே இன்கம் டாக்ஸ் கவலையின்றி சைனா பஜார் இயங்கிக்கொண்டிருந் தது. ஆட்டோ ரிக்ஷாக்காரர்கள் உட்கார்ந்தவாறே உறங்கிக்கொண்டிருந்த கசகசப்பான மார்ச் தின மதியம். மில்லெனியத்தின் இறுதி ஆண்டு. குற்றம் சாட்டப்பட்ட நரசிம்மன் ஒரே திசையில் பார்த்துக் கொண்டிருந்தான். அவன் முகத்தில் எள்ளளவும் நம்பிக்கை இல்லை. இவனைக் காப்பாற்ற வேண் டும். 'தூக்குல போடாம ஆயுள் தண்டனைனாலும் சரிங்கய்யா' என்று கதறியிருக்கிறான்.

நரசிம்மனின் தொப்பி, இறந்தவன் சடலத்தின் அருகில் கிடந்ததாக சோமசேகர் சத்தியம் அடித்து

சாட்சி சொல்லியிருந்தான். அவனைப் பார்த்தால் பெற்ற தாயையும் பிறந்த பொன்னாட்டையும் சல்லிசாக விற்றுவிட்டு பத்து பர்சண்ட் கமிஷனும் கொடுப்பான் போலத் தோற்றமளித்தான்.

‘இந்தத் தொப்பி இறந்துபோன கதிரேசனுடையதுங்கறிங்களா மிஸ்டர் சோமசேகர்?’

‘ஆமாங்க.’

‘இதே தொப்பி? இதே மூக்குப் பொடி கலர்?’

‘ஆமாங்க. எத்தன தரம் இதைக் கேப்பிங்க?’

கணேஷ் கோபத்துடன், ‘எத்தனை தரம் கேட்டாலும் பதில் சொல்லியாகணுங்க. உங்க சாட்சியத்தில அந்தாளு உசுரு ஊசலாடுதுங்க.’

‘கணேஷ், டோன்ட் டெர்ரரைஸ் தி விட்னஸ்’ என்றார் நீதியரசர் மனோகர் பாண்டே.

‘ஹி இஸ் எ ப்ரொபெஷனல் லையர் யுவர் ஆனர்!’

‘வெல். ப்ரூவ் தட்!’

‘எப்பவும் அவர் தொப்பிதான் போடுவாரா, சோமசேகர்?’

‘இல்லை, திருப்பதி போய் மொட்டை அடிச்சுட்டு வந்த பிற்பாடு கொஞ்ச நாள் முடி வளர்ற வரைக்கும் போட்டிருந்தார். அப்பால அந்த வாக்குவாதம் வந்து வெவகாரம் பெரிசா போய் கைகலப்பு ஏற்பட்டு...’

கணேஷ் குறுக்கிட்டு, ‘இந்தத் தொப்பி அவருதுதான்ங்கறிங்க?’

‘சந்தேகமே இல்லை. நானே ஒருமுறை வாங்கிப் போட்டுப் பார்த்திருக்கிறேன்.’

‘அப்படியா?’ வலையில் மாட்டுகிறான்.

‘சத்தியப் பிரமாணம் எடுத்திருக்கிங்க’ என்று சொல்லிவிட்டு தொப்பியை மேசையிலிருந்து எடுத்தான் கணேஷ்.

‘இதன் உள் பக்கத்தில் ‘கே’ன்னு எம்ப்ராய்டரி போட்டிருக்கே பார்த்திருக்கீங்களா சோமசேகர்?’

சோமசேகர், ‘நிச்சயம் பார்த்திருக்கேன்.’

'நிச்சயம் பார்த்திருக்கிங்க, சத்தியப் பிரமாணம் எடுத்திருக்கிங்க.'

'ஆமாம்.'

'கே - இனிஷியல் எம்ப்ராய்டரியா?'

'ஆமாங்க.'

'யுவர் ஆனர்! இந்தத் தொப்பியின் உள் பக்கத்தில் எந்தவித இனிஷியலும் இல்லை. இவர் சொன்னது அத்தனையும் பொய். இவர் சாட்சியத்தை நம்பகமற்றது என்று உடனடியாக நீக்குமாறு கோருகிறேன். கேசைத் தள்ளுபடி செய்யுமாறு கேட்டுக் கொள்கிறேன்.'

பாண்டே அந்தத் தொப்பியை ஆராய்ந்தார். 'மிஸ்டர் சோமசேகர், நீங்க தொப்பியை பாத்தியா, பார்க்கலையா, ஸச் ஸச் போலோ, உண்மை சொல்லுங்க.'

சோமசேகர் ப்ராசிக்யூட்டரை ஒரு முறை பார்த்தான்.

'பாக்கலைங்க!'

'முன்னால ஏன் பார்த்ததாச் சொன்னிங்க, திஸ் இஸ் பெர்ஜுரி!'

'போலீஸ்ல சொல்லச் சொன்னாங்க.'

கோர்ட்டில் சலசலப்பு ஏற்பட்டு பாண்டே, 'கணேஷ், சேஷாத்ரி லஞ்சுக்கப்பறம் என்னை சேம்பர்ல வந்து பாருங்க ரெண்டு பேரும்.'

'வாட் இஸ் திஸ் சேஷு' என்று நெற்றியைச் சுருக்கிக் கொண்டு கேட்டார்.

கோர்ட் அறையை விட்டு வெளியே வரும்போது வஸந்த் காத்திருந்தான்.

'எப்படா வந்தே?'

'கடைசில பின்னிட்டிங்க பாஸ். முதல் தடவையா இந்த மாதிரி ஒரு க்ராஸ் பயன்படுத்தியிருக்கிங்க.'

'இந்த முறைய பயன்படுத்த உள் மனசுக்குள்ள சாட்சி பொய் சொல்றான்னு திட்டவட்டமாத் தெரியணும். அப்புறம் ஜட்ஜை அதை நம்ப வெக்கணும். டேனியல் ஓகானர்னு ஒருத்தருடைய முறை இது. என்ன ஆச்சு, இன்ஜங்ஷன் வாங்கினியா?'

'வாங்கிட்டேன். ஆர்டர் 39-ல நம்மகிட்ட ப்ரைமாஃபேஸியா கேஸ் இருக்குது. இன்ஜங்ஷன் கொடுக்கலைன்னா கிளையண்டுக்கு பலத்த நஷ்டம் ஏற்பட்டுரும்னு ஏறக்குறைய அழுதுட்டேன். கடைசில இந்த கேசு ஏற்கெனவே தீர்மானிச்சு முடிஞ்சு போனதுன்னு ரெஸ் ஜூடிகேட்டா செக்ஷன் 11-ல ஒரு போடு போட்டேன்.'

'ஏன்டா முட்டாள்! அதைத்தான் நான் அப்பவே சொல்லியிருந்தேனே.'

'பழைய ஸூட்டோட டேட் கொஞ்சம் உதைச்சது!'

'வாங்கிட்ட இல்லை? வா காபி சாப்பிடலாம்.'

'நீங்க சாப்டுங்க, நான் பாத்துகிட்டு இருக்கேன்.'

'ஏன்டா?'

'டயட்ல இருக்கேன். பத்து கிலோ ஓவர் வெய்ட். கேர்ள் ஃப்ரெண்டு வெய்ட் தாங்காம முனகறா.'

இருவரும் தம்புச் செட்டித் தெருவில் அவர்கள் அலுவலகத்துக்குப் போனபோது ஒரு பெரிய அட்டைப் பெட்டியில் 'டெல் கம்ப்யூட்டர்' என்று எழுதிக் காத்திருந்தது.

'இன்னொரு கம்ப்யூட்டரா! என்னடா நீ! காட்ஜட்ஸ் காட்ஜட்ஸ்! அந்த எல்டி பிளேயர் வாங்கி உறைகூட பிரிக்கலை. ஒரு ஃபாக்ஸ் மெஷின் வேற கெடக்கு.'

'ஒரு வாரம் பொறுங்க பாஸ். ஆபிசை ஹைடெக் சொர்க்கமா பண்ணிர்றேன். வாஷிங் மெஷின்கூடப் பேசலாம்.'

'எனக்கு ஜட்ஜ்கூடப் பேசணும் லஞ்சுக்கப்புறம்!' அலமாரிக்குச் சென்றான்.

வஸந்த் சேல்ஸ் இளைஞனிடம் 'ஏம்பா 56கே மோடம் கொண்டாந்தியா?'

'... ...'

'வஸந்த், இதெல்லாம் எதுக்குடா, இடத்தை அடச்சுகிட்டு?'

'உங்களுக்குத் தெரியாது பாஸ். அலுவலக முகப்பில் கணிப்பொறி இல்லைனா கட்சிக்காரங்க வரமாட்டேங்கறாங்க. இன்

ஜெக்ஷன் போடலைன்னா டாக்டரை மதிக்க மாட்டாங்க பாருங்க, அந்த மாதிரி. இன்டர்நெட்ல பழைய கேஸ் விஷயங்கள் எல்லாம் பாக்க சௌகரியமா இருக்கும்...'

'நீ இன்டர்நெட்ல பழைய கேசையா பாக்கற? அன்னைக்கு மவுஸ் பட்டனை அழுத்திப் பார்த்தேன். அம்மணக்குண்டி படம்னா வந்தது!'

'அது வந்து பாஸ் ஒரு கேஸ்ல ஃபீமேல் அனாட்டமி பத்தி சந்தேகம் வந்தது. இதெல்லாம் அப்பப்ப ஊறுகா மாதிரி பாத்தாகணும் பாஸ். இல்லைன்னா லேசாக் கை நடுங்க ஆரம்பிச்சுரும்.'

'ஒரு பெண்ணை கணக்குப் பண்ணிக்கிட்டிருந்தாயே, என்ன ஆச்சு? பேரென்ன, உமாவோ சுமாவோ.'

'ஏன் கேக்கறீங்க? இப்பலாம் பொண்ணுங்க ரொம்ப ஸ்மார்ட் ஆயிட்டாங்க!'

'ஏன்டா?'

'உங்களை எங்கேயோ பாத்திருக்கேன்'னு ஆரம்பிச்சேன். அக்மார்க் தொடக்க உரை.'

'பார்த்திருக்கலாம். அதனாலதான் நான் அந்தப் பக்கமே இப்பல்லாம் போறதே இல்லை'ன்னா! ஒரு கணம் ஸ்டன்னாயிட்டேன்.'

'இல்லைங்க. ஒரு இடத்துல சந்திச்சோம்'னேன்.'

'இருக்கலாம். நான் எய்ட்ஸ் க்ளினிக்ல ரிசப்ஷனிஸ்டா இருந்தப்ப வந்து பாத்திங்களே!'ன்னா!'

கணேஷ் சிரித்து, 'உன் பழைய ட்ரிக்கெல்லாம் வேலை செய்யல! புதுசா ஏதாவது பண்ணு. இன்டர்நெட், ஈமெய்ல்,பேஜர்னு, இது என்னடாப்பா?'

'ஆன்சரிங் மெஷின், நாம இல்லாதப்ப தொலைபேசிகளை பதிவு பண்ண.'

வஸந்த் அதை இயக்க,

'மிஸ்டர் கணேஷ், நான் உங்களை சந்திச்சே ஆகணும். நீங்க ஆபீஸ் வந்த உடனே இந்த நம்பருக்கு போன் பண்ணுங்க, 496

3736 ப்ளீஸ்.'

'மிஷின் வெச்ச முத போணி பாருங்க, டிஸ்ட்ரஸ் கால்!'

வஸந்த் அந்த எண்களை ஒத்தினான்.

'ஹலோ!'

'மிஸ்டர் கணேஷ்?'

'நான் வஸந்த் பேசறேன். என்ன விஷயம்? போன்ல மெசேஜ் கொடுத்திருந்திங்க?'

'கணேஷ்கூடப் பேசணும்.'

'குரல்ல பதட்டம், பயம், பாஸ்!'

'ஸ்பீக்கர் போன்ல போடு' என்றான் கணேஷ்.

வஸந்த் பொத்தான்களை அழுத்த கணேஷ் அலமாரியில் ஒரு சட்டப் புத்தகத்தை தேடிக்கொண்டே,

'அலோ திஸ் இஸ் கணேஷ், வாட்ஸ் தி ப்ராப்ளம்?'

'கணேஷ் உடனே எங்க வீட்டுக்கு வரணும் நீங்க.'

'பேரச் சொல்லுங்க முதல்ல' என்றான் வஸந்த்.

'ப்ரேர்ணா சந்திரன்...'

'என்ன விஷயம் ப்ரேர்ணா சந்திரன்? நல்ல பேரு. எங்கேயோ கேள்விப்பட்டிருக்கிறேன்.'

'என் கணவர் கதவைச் சாத்திக்கிட்டு ரூமுக்குள்ள பூட்டிக்கிட்டு வெளியே வர மாட்டங்கறாரு. திறக்க மாட்டேங்கறாரு.'

'அதுக்கு தெருக் கோடில பூட்டு திறக்கறவன் யாராவதுன்னா கவனிக்கணும்.'

'உள்ளேயிருந்து சத்தமே வரலை கணேஷ்! எனக்குக் கவலையா இருக்கு கணேஷ்.' அதற்கு மேல் அவள் பேசியது அழுகையால் மழுப்பப்பட்டது. வார்த்தைகள் தீர்ந்தபின் சற்று நேரம் கீச்சுக் குரலில் அழுதாள். 'வாங்க ப்ளீஸ். எனக்கு பயமா இருக்கு.'

'சண்டை போட்டிங்களா?'

'சேச்சே... இல்லை! ஊர்லருந்து திரும்பி வர்றேன். கதவு உள் பக்கம் தாள் போட்டிருக்கு. உள்ளுக்குள்ளேதான் இருக்கார். கூப்ட்டா பதில் சொல்லமாட்டங்கறாரு. மூச்சு கேக்குது!'

'தூங்கறாரா பாருங்க?'

'இந்த நேரம் தூங்க மாட்டாரே?'

கதவை பலமாத் தட்டுங்க. அக்கம் பக்கத்திலே யாரும் இல்லையா? நிச்சயம் தூங்கிட்டிருப்பாரு!'

'ஜன்னல் கதவு சாத்தியிருக்கு.'

'ஓட்டடைக் குச்சி, குடை எதையாவது விட்டு நெம்பி கிம்பிப் பாருங்க. இல்லேன்னா உடைங்க. எங்களைத் தொந்தரவு பண்ணாதீங்க. கஷ்ட காலம்!' என்று வஸந்த் சொல்ல, அவள் குரலில் அவசரம் தொனித்தது. 'வெச்சுராதிங்க ப்ளீஸ்!'

'திஸ் உமன் இஸ் நட்ஸ் பாஸ்' என்றபடி போனை வைத்தான்.

'ஷி இஸ் ஹிஸ்டரிக்' என்றான் கணேஷ்.

அப்போது வஸந்தின் பேஜர் அகவியது.

அதைப் பைக்குள்ளிலிருந்து தேடி அதில் இருந்த செய்தியைப் படித்தான்.

'இப்பல்லாம் பேஜர்ல தமிழ் வருது பாஸ்.'

'எல்லோரையும் கொல்லவேண்டும்' என்று செய்தி காட்டியது.

'என்னடா ஷாக் ஆயிட்ட?'

'யாரோ பைத்தியக்காரன்!'

ஃபோன் மீண்டும் ஒலித்தது.

'ப்ரேர்ணா பேசறேன். கணேஷ் நீங்க வந்துதான், வந்துதான் ஆகணும்.'

'எட்டிப் பாத்திங்களா? தூங்கிட்டிருக்காரா?'

'இல்லை. தொங்கிகிட்டிருக்கார்.'

2

கணேஷும், வஸந்தும் திருவான்மியூர் கடற்கரை ஓரம் இருந்த அந்த நவீன பல மாடிக் கட்டடத்தை அடைந்தபோது பிற்பகல் மூன்று.

'பாஸ் எங்கேயோ கேட்டிருக்கேன் அந்தக் குரலை. ப்ரேர்ணாங்கற பேரும் கேட்ட மாதிரித்தான் இருக்கு. வரவர ஞாபகம் பிசகிக்கிட்டிருக்கு பாஸ்.'

'கெயிட்டில என்னடா படம் ஓடுது?'

'அன்பெய்த்ஃபுல் வைஃப்.'

'போன வாரம்?'

'இன்ப சுகம்!'

'உன் ஞாபகத்துக்கு ஒண்ணும் பழுதில்லை.'

'அதெல்லாம் கில்மா மேட்டர் பாஸ்... மறக்காது.'

'கில்மா. என்னென்ன புது வார்த்தைகள்டா!'

'சுத்தத் தமிழ் பாஸ்!'

கடற்காற்று கருணை காட்டத் தொடங்கியிருந்தது. வாட்டர்கலர் சித்திரம் போல வெண்மணல் பரப்பும் ஆழ்நீல வானத்தில் ஒரு சிர்ரஸ் மேகத் தீற்றலும் பரதேசம் போகும் ஜெட் வாலும் கடற்பறவையின் குரலும் - அமைதியும் நிலவியிருந்தது.

மணிப் பொத்தானை விரல்வதற்கு முன் ப்ரேர்ணா கதவைத் திறந்தாள். வஸந்துக்கு உடனே அவள்

யார் என்று தெரிந்துவிட்டது. அவள் டெலிபோன் குரலுடன் முகத்தைப் பொருத்த முடிந்தது.

அவள் முகம் தமிழகத்தின் அனைத்து இல்லங்களிலும் தெரியும் முகம். ஏறக்குறைய எல்லா டி.வி. சீரியல்களிலும் எல்லா விளம்பரங்களிலும் பார்த்த முகம். ஒரே சமயத்தில் அவளால் ஜீன்ஸ் அணிந்த காலேஜ் கன்னியாகவும் காட்சி தர முடியும் அல்லது குழந்தைகளுக்கு ஆரோக்கியம், ஊட்டச்சத்து வைட்டமின்களைப் பரிந்துரைத்து,'பாப்பாவுக்கு மட்டும் இல்லை' கண்ணாலே 'அவருக்கும்தான்' என்று காட்டக்கூடிய இளம் தாயாகவும் வரமுடியும். 'உங்களுக்கு, ஆங்கிலம் கற்க ஆசையா?' போன்ற விளம்பரத் தமிழ் பேசுவாள். எல்லா தினங்களிலும் செயற்கைக்கோள் உபயத்தில் எல்லா வீடுகளிலும் இறங்கிவரும் மங்கள மஞ்சள் முகம். வீடியோ இரவுகளில் தினம் தினம் எதாவது ஒரு கதைக் காரணத்துக்காகச் செயற்கையாக அழகாக அழுத அந்தப் பெண், இயற்கையாக அழுதபோது அழகாக இல்லை. கலவரத்தில், பயத்தில், கண்ணீரில், மூக்கு நுனி சிவக்க அழுதிருந்தாள். குரல் கம்மியிருந்தது. பவுடர் கரைந்திருந்தது. சிறிய மார்பு தெரியும் வெட்கம், கலவரத்தில் விலகியிருந்தது.

'கணேஷ் எனக்கு என்ன பண்றதுன்னே தெரியல. நீங்க வந்ததும் தெம்பாயிருச்சு. அய்யோ - இப்படிப் பண்ணிட்டாரு... விளையாட்டுக்கு கதவைச் சாத்திட்டிருக்கார்னு...'

'எந்த ரூம்?'

சாக்லேட் நிற கிரானைட் பளபளத்த ஹாலுக்குப் பொருத்தமற்ற, புத்தர் சிலை கைகளை ஆகாசத்தில் தூக்கிக்கொண்டிருக்க, மேலே வஸந்த் அதன் தலையைத் தடவிவிட்டு ஒரே ஒரு படி ஏறி, அந்த அறையின் தேக்கு மரக் கதவை அணுகினான்.

'உள்ளே பாருங்க.'

ஜன்னல் பக்கத் திரைச்சீலை அவ்வப்போது சம்மதித்து உள்ளே உள்ளதைக் காட்டியது.

வஸந்த் எட்டிப் பார்த்தான்.

கால்கள்!

உதறிக் கொண்டிருந்த கால்கள்.

'பாஸ் கதவை உடைக்கணும்! ஆசாமி இன்னும் சாகலை, உதறிக்கிட்டிருக்காரு!'

'நான் பார்க்க வரல. பாக்க மாட்டேன்' என்று அவள் கதறிக் கொண்டிருந்தாள். ஒரு பாமரேனியன் புரியாமல் குரைத்துக் கொண்டு, வாலை ஆட்டிக்கொண்டு வஸந்தைக் கடிக்க வந்தது.

'ரூமி!' என்று அதட்டினாள்.

'முதல்ல ரூமியை ஏதாவது ரூமுக்குள்ள போடுங்க. கணுக்காலை கடிக்க வருது' என்றான் வஸந்த்.

'ஏதாவது பெரிய ஆயுதமா இல்லையா? கடப்பாரை, கிடப்பாரை' என்றான் கணேஷ்.

'இல்லை, ஒரே ஒரு ஸ்க்ரூ டிரைவர் குடுங்க. அல்லது ஒரு ப்ளேடு.'

வஸந்த் அந்தக் கதவில் ஸ்க்ரூ டிரைவரை நெம்பிச் செருகி, 'பாஸ் இந்த மாதிரி கதவை அமிஞ்சிக்கரைல ஒருமுறை திறந்திருக் கேன். ஒரே ஒரு மோதல் மோதுங்க. பிராணனை விட்டுரும்.'

கணேஷ் தன் தோள்களால் பலமாக அந்தக் கதவை மூன்று முறை மோத, சட்டென்று திறந்தது.

உள்ளே ப்ரேர்ணாவின் கணவன் தொங்கிக்கொண்டிருந்தான். கட்டிலுக்கு வெகு அருகே ஒரு நாற்காலி கவிழ்ந்திருந்தது. அதன் மேல் ஏறித்தான் தொங்கிவிட்டு அதைத் தள்ளியிருக்க வேண்டும். ஏறத்தாழ 85 கிலோ இருப்பான் என கணேஷ் அனுமானித்தான். அத்தனை பாரமும் கழுத்து முடிச்சில் குவிந்திருந்தது. முகம் வீங்கி, கன்னம் சிவப்பாக உப்பி, கண்கள் பார்க்க முடியாதபடி மறைத்தது.

அவன் கைகள் அந்தச் செயலை ரத்து செய்து, திருத்தி, திருப்பி விடும் முயற்சியில் சுருக்கை அவிழ்க்க முயன்று முயன்று, கழுத்தில் நகம் கீறி ரத்தம் சிந்திக்கொண்டிருந்தது. நாக்கைக் கடித்துக்கொண்டு வெளியே வந்திருந்து ஒரு பல்பு அளவுக்கு ஆகியிருந்தது. கை காலை உதைத்ததால், மொத்த உடலும் லேசாக சாட்டிலைட் போல சுற்றிக்கொண்டிருந்தது.

வஸந்த் பாய்ந்து அந்த நாற்காலியை நிமிர்த்தி அதில் ஏறி, கழுத்து முடிச்சை அவிழ்த்தான்.

'பாஸ் பிடிங்க.'

கணேஷ் 'உள்ளே வராதீங்கம்மா. உடனே ஆம்புலன்சுக்கு போன் பண்ணுங்க.'

'செத்துப்போய்ட்டாரா?' என்று அழுதாள்.

'நீங்க போன் பண்ணலைன்னா போய்டுவாரு.'

'எங்க பண்ணணும். யாருக்குப் பண்ணணும்?'

'நாசமாப் போச்சு. வஸந்த், நீ போடா.'

கணேஷ் அந்த அறையில் தனியாக விடப்பட்டிருந்தான். இது எத்தனாவது தற்கொலை!

படுக்கை பக்கத்தில் அவர்கள் இருவரும் சிரிக்கும் போட்டோ, சட்டம் போட்டு வைத்திருந்தது. மார்பு அசைகிறதா என்று பார்த்தான். இல்லை. மூச்சு நின்றுபோயிருந்தது. ஆனால், இதயம் லேசாக அடித்துக்கொண்டிருந்தது. அதற்கு இன்னும் செய்தி கிடைக்கவில்லை போலும்.

வஸந்த் போன் செய்தான். கணேஷ் அவனுக்கு செயற்கை சுவாசம் அளிக்க முயன்றுகொண்டிருந்தான். நாக்கை உள்ளே தள்ளுவது கடினமாக இருந்தது. நுரை வேறு.

'கடவுளே ஏன் இப்படிச் செய்தார்? ஏன் இப்படிச் செய்தார்? நல்லா இருந்தாரே. காலைலகூட 'ஷூட்டிங் போய்ட்டு வா'ன்னு நாயை வாக் அழைச்சுட்டு போனாரே. சிரிச்சுப் பேசி டாட்டா காட்டினாரே!' என்றாள்.

அவள் கலக்கத்தில் இருந்ததால் எண்ணங்களில் தொடர்ச்சி இல்லை. வார்த்தைகளில் கோர்வை இல்லை. அழவேண்டும் போலிருந்தது. அன்னியர் முன் வாய்விட்டு அழ முடியாத நிலையில் இருந்தாள். மனசுக்குள் அவளும் இறந்து கொண்டிருந்தாள்.

அருகாமை ஃப்ளாட்டில் உள்ளவரிடம் டாடா சுமோ இருந்தது. அவர், கணேஷை அடையாளம் கண்டுகொண்டார்.

'மிஸ்டர் கணேஷ், எனி ஹெல்ப்? தயங்காமக் கேளுங்க. மை நேம் இஸ் ஜோ!' என்றார்.

'உங்க வாகனத்தில் ஏற்றி உடனே ராயப்பேட்டை ஆஸ்பத்திரிக்கு அழைச்சுட்டு போகணுங்க' என்றான் கணேஷ்.

'கூடப் போகணுங்க. இது போலீஸ் கேஸ்' என்றான் வஸந்த்.

'முதல்ல இந்தாளை சேவ் பண்ண முடியுமா பாருங்க. பக்கத்தில் எந்த ஆஸ்பத்திரி?'

'ஒரு கிலோமீட்டரில் பெரிய தனியார் ஆஸ்பத்திரி இருக்குது.'

'முதல்ல அங்க போகலாம்.'

'உங்க மனைவிகிட்ட இவங்களைப் பாத்துக்கச் சொல்லுங்க. அவங்க வரவேணாம். வஸந்த், நீ இருடா.'

கணேஷ் அந்த வாகனத்தில் ஆடி அசைந்துகொண்டு செல்லும் போது, அவன் நினைவு சற்றுத் திரும்பியது போலத் தோன்றியது.

கணேஷ் அவன் தலையைத் தன் மடியில் வைத்துக்கொண்டான்.

'தண்ணி' என்றான் தற்கொலையாளி.

மினரல் வாட்டர் பாட்டிலிலிருந்து நீர் அவன் வாயில், ஒரு மிடறுகூடப் போகாமல் பக்கவாட்டில் வழிந்தது. குபுக்கென்று கொப்பளித்தபோது ரத்தமும் கோழையும் தெரிந்தது.

மெல்ல அவன் பேச ஆரம்பித்தான். 'அவதான் அவதான்' என்றான்.

'ரிலாக்ஸ், ரிலாக்ஸ்.'

'எல்லாம் அவளாலதான்'

'அதெல்லாம் அப்புறமாப் பாத்துக்கலாம். நீங்க பிழைச்சு வாங்க.'

'இது எத்தனாவது தடவை... சொன்னாளா?'

'சரி, சரி' என்றான் புரியாமல்.

'முதல் தடவை. பர்ஸ்ட் டைம் வேணும்னுட்டு, வேணும் னுட்டே காரை மோதினேன்... முடியலை.'

'அப்புறம் பிளேடை வச்சுக்கிட்டு மணிக்கட்டில் கீறிக்க முயற்சி பண்ணேன். தைரியம் வரலை. நான் சாவலையா இன்னும்?'

'இல்லை சாகவிடறதா இல்லை.'

'சாவணும். ஆவியா வந்து அவளை உயிரோட கொல்லணும்!' கார் ஜன்னலுக்கு வெளியே ஒரு அதிரடி விளம்பரத்தில், ப்ரேர்ணா கையில் ஒரு ஆரோக்கிய பானத்தை வைத்துக் கொண்டு ஒரு விரலை உயர்த்தி சாலையைப் பார்த்துகொண்டு,

'இரண்டே கப்பில், சமச்சீரான போஷாக்கு' என்று சொல்லிக் கொண்டிருந்தாள்.

3

கணேஷ் சென்றதும் வஸந்த் ப்ரேர்ணாவுடன் தனியாக இருந்தான். அவனுக்கு ஆறுதல் முறைகள் எதுவும் தெரியாது. ஏதாவது ஏடாகூடமாகச் சொல்லி விடுவான். 'துக்கத்தில் இருக்கும் பெண்கள் வெட்கம் இழப்பதுதான் அவனுக்கு சுவாரஸ்யம்' என்று கணேஷ் அவனை அடிக்கடி கடிந்து கொள்வதுண்டு. வஸந்தால் அந்த ப்ரேர்ணாவின் அழகை கவனிக்காமல் இருக்க முடியவில்லை. கஷ்டப் பட்டு கவனத்தைத் திசை திருப்பினாலும் அவ்வப் போது அவன் பார்வை அவள் மார்பில் அலைந்தது. 'டேய் வஸந்த், இது அநியாயம், அநாகரிகம், எல்லாம்டா. பேசாம நாய்க்குட்டி பொம்மையை பாத்துக்கிட்டே இரு.' கணேஷ் அவனைப் பல முறை நாகரிகப்படுத்த விழைந்து தோற்றிருக் கிறான். 'ராபணா' என்று ஏதாவது கேட்டுவிடுவான்.

இப்போது, 'ஏங்க புருசன் தற்கொலை முயற்சி பண்ற அளவுக்கு அவரை என்ன கொடுமைப்படுத்தி னீங்க' என்று கேட்டுவிட்டான். அவள் அந்தக் கேள்வியை அந்தச் சந்தர்ப்பத்தில் எதிர்பார்க்க வில்லை. வஸந்தை வருத்தத்துடன் பார்த்தாள்.

'ஸாரி. கேட்டிருக்கக்கூடாதுன்னு நெனைக்கிறேன் தப்பா நெனைச்சுக்காதிங்க. தற்கொலைங்கறது ஒரு எக்ஸ்ட்ரீம் ஸ்டெப். அதுக்கு அவரைத் துரத்தினது என்னன்னு தெரிஞ்சுக்கிட்டா பின்னால் உங்களுக்கு லாயர் உதவி தேவையா இருந்தா காரணத்தைக் கேட்டு வெக்கலாம்னுட்டு' என்று சொதப்பினான்.

‘சந்தர் புத்தி சரியில்லாத ஆளு’ என்றாள்.

‘முதல்லருந்தே சரியில்லையா, இல்லை கல்யாணம் ஆனப்பறம் புடிச்சிருச்சா?’ இது அதைவிட மோசம்!

‘இதெல்லாம் கேப்பாங்களா?’

‘இன்க்வஸ்ட்ல கேக்கத்தான் கேப்பாங்க. ஆனா, அந்தாளு பிழைக்க பாதிக்குப் பாதி சான்ஸ் இருக்குது.’

‘அய்யோ பிழைச்சு வந்தா என்னை உயிரோடு சாவடிப்பாரே’ என்றாள் கவலையுடன்.

சுவற்றிலிருந்த சிலுவை அடையாளத்தைப் பார்த்து ‘நீங்கள்லாம் கிறிஸ்டியன்ஸா?’

‘அவரு’

‘நீங்க?’

‘நாங்க சாக்கேத் ப்ராமின்ஸ்.’

‘அப்படின்னு ஒண்ணு இருக்கா?’

‘கர்நாடகா தார்வாரைச் சேர்ந்தவங்க... தமிழ்நாட்டில செட்டில் ஆயிட்டம், மூணு தலைமுறையா.’

நீண்ட மௌன இடைவெளிகளுடன் யோசித்து யோசித்துப் பேசினாள். ‘சந்தர் எனக்கு சென்னை வந்ததும்தான் பழக்கமானார். கல்யாணத்தப்ப எல்லாம் சரியா இருந்தது. ‘ஏஸ் கேமராமேன், ஃபீல்டுல உள்ள கஷ்டங்கள் புரிஞ்சவர்’னுதான் சம்மதிச்சேன். அம்மாவுக்கு இஷ்டமே இல்லை. ‘அரவிந்த்தான் சரியான மாப்பிள்ளை’ன்னாங்க. இவரைக் கட்டிக்கிட்டேன். கல்யாணம் ஆன முதல் தினத்திலிருந்து பொறாமை ஆரம்பிச்சது. ‘நீ ஏன் ஜானகிராமன் கையைக் குலுக்கினே?’ன்னு நப்ஷியல்ல கேக்கறார்.’

‘ஜானகிராமன்கறது?’

‘சங்கர் விடியோ க்ரியேஷன்ஸ் ஓனர். அப்பா ஸ்தானம். அவர் கையை ரிசப்ஷன்ல குலுக்கிட்டனாம்; அவர் எனக்கு வாத்சல்யமா கன்னத்தில் முத்தம் கொடுத்துட்டாராம்; முதலிரவில் புடி புடின்னு புடிச்சார்; அப்ப ஆரம்பிச்ச நெருப்பு.

‘எங்கிட்ட மரியாதையா இரு. நீ எனக்குத்தான் பொண்டாட்டி, போறவர்றவனுக்கெல்லாம் இல்லை.’ இப்படியா பேசுவாங்க தினம்?’

‘நீங்க டிவில வருவீங்க இல்லை.’

‘ஆமா அதான் சம்பாத்தியம். மாடலிங் பண்ணுவேன்.’

‘அவர் என்ன வேலை செய்துகிட்டிருந்தாரு?’

‘நான் சம்பாதிக்கறதை சாப்பிட்டுட்டு என்னை அதட்டிக்கிட்டு! எந்த வேலைலயும் ஆறு மாசத்துக்கு இருந்ததில்லை. சண்டை, ரேஸ், சூதாட்டம்... உங்க பேரு வஸந்த்தானே?’

‘ஆமாம்.’

‘வஸந்த், பேரும் புகழும் இருந்து நான் பட்ட பாடு உலகத்தில் யாரும் பட்டிருக்க முடியாது. பொறாமைக் கணவன். நாள் பூரா ஷெட்யூல். நன்றியில்லாத உறவுக்காரங்க. திருட்டு வேலைக் காரங்க. உடம்பில கைபோடற டைரக்டர்ங்க. முழுசா ஒரு ஃபோர்ட் காரை ஷோரூம் கண்டிஷன்ல திருட்டு கொடுத்தேன். இன்னமும் தவணை கட்டிக்கிட்டிருக்கேன். டிரைவர் காணாம போய்ட்டான்.’

‘போலீஸ்ல புகார் கொடுத்திங்களா?’

‘இல்லை. காரணம், விசாரிச்சதில் பழி இவர் மேல வரும், பரவாயில்லையா! இவர்தான் வாங்கின கடனுக்கு அதை வித்துட்டாருன்னு கண்டுபிடிச்சாங்க. இதுவரை மூணு தடவை தற்கொலை பண்ணிக்க முயற்சி செய்திருக்கார். வெளியே சொல்லாம இருந்தேன்.’

‘சைக்கியாட்ரிஸ்ட்கிட்ட காட்டியிருக்கலாமே?’

‘காட்டினமே. அது பெரிய கதை. நானும் வரணும், எனக்கும் ட்ரீட்மெண்ட் கொடுக்கணும்னார். அதுக்கு சம்மதிச்சப்புறம் தான் ட்ரீட்மெண்ட் எடுத்துக்கிட்டார்.’

‘டாக்டர் யாரு?’

‘தனசேகர். பூந்தமல்லி ஹை ரோடில்.’

அப்போது டெலிபோன் மணி அடிக்க அவள் அதைப்பற்றிக் கவலையே படவில்லை.

வஸந்த் எடுத்தான்.

'ப்ரேர்ணா?' என்றது ஒரு அதட்டல் குரல்.

'ப்ரேர்ணா இல்லை.'

'இது யாரு?'

'வஸந்த்.'

'ப்ரேர்ணா நைட் ஷெட்யூல் வராங்களா? கேக்கணும்.'

'வரமாட்டாங்க. ஒரு அசம்பாவிதமாயிருச்சு.'

'என்ன அசம்பாவிதம்? பீரியட்ஸா?'

'அதைவிடக் கொஞ்சம் சீரியஸ். அவங்க கணவர் தற்கொலை பண்ணிக்கிட்டார்.'

'அப்ப இன்னைக்கு ஷூட்டிங் இல்லையா? எம்.ஜி.எம்.ல எல்லாரும் காத்திருப்பாங்களே.'

'போனை வைய்யா. உன்னையே ஷூட் பண்ணிருவேன்.'

வைத்ததும் வஸந்தின் செல்போன் ஒலித்தது. அதை எடுத்து அதன் குட்டித் திரையில் எழுத்துக்களைப் பார்த்தான்.

'Kill all those Wives'

வஸந்த் பதட்டத்துடன் அதை மூடி வைத்தான். எங்கேயோ யாரோ விஷமக் காரியம் செய்கிறார்கள். பேஜரில் வந்தது. இப்போது செல்போனில். இந்த கேஸ் எளிதாக முடியப் போவதில்லை என்று உள்ளுணர்வு சொன்னது.

மறுபடி ப்ரேர்ணாவின் வீட்டு ஃபோன் ஒலிக்க,

'வஸந்த்! கணேஷ்! பாடியை வீட்டுக்குக் கொண்டுவரலாமான்னு கேளு.'

'போய்ட்டாரா?'

‘ஆமாம். ரொம்ப முயற்சி பண்ணிப் பார்த்தாங்களாம். நெய்பர் தான் சொன்னாரு. ராஜசேகர்னு குட் மேன். அவர்தான் ஃப்யூனரலுக்கு ஏற்பாடு பண்ணப் போயிருக்கார். நீ அதைக் கேட்டு சொல்லிரு.’

‘எங்கிருந்து பேசறிங்க?’

‘கோர்ட் போய் ஆஸ்பத்திரி போனேன். பாண்டே கூப்ட்டிருந் தாரே.’

‘கொஞ்சம் இருங்க...

‘மிஸஸ் சந்தர், உங்க கணவனுடைய உடலை இங்க கொண்டு வரலாமான்னு கேக்கறாங்க.’

அவள் பீறிட்டு அழுதாள்.

வஸந்த் காத்திருந்தான்.

‘ரொம்ப அழறாங்க. அந்தாளு கிறிஸ்டியன் பாஸ்.’

‘தெரியும். ராஜசேகர் சொன்னாரு. பெட்டிக்கு ஏற்பாடு பண்ணி யிருக்கார். செமட்ரில புதைக்க வேண்டி வரும். பாடி கொணாந் துருவோம், என்ன?’

ப்ரேர்ணாவின் அருகில் சென்று அவளை அணைத்து ஆறுதல் சொன்னான். மேக்கப் கரைந்து முகத்தில் கண்ணீர் கோடு போட்டிருந்தது.

‘அழாதிங்க... என்ன சொல்றிங்க... பாடியக் கொண்டு வரலாமா? அங்கிருந்தே போயிரலாமா?’

‘என்ன வேணா செய்யுங்க. இனிமே என்ன’ என்றவள் ஈனஸ் வரத்தில், ‘அலமாரியில் டெலிபோன் புக் இருக்கு. அவங்க அக்கா நம்பர் இருக்குது. அவங்க பெங்களூர்லருந்து வரணும்’ என்றாள்.

‘அப்பா, அம்மா?’

‘கெடையாது.’

செய்தி மெள்ளப் பரவ ஃப்ளாட்காரர்கள் முதலில் வந்து விசாரித் தார்கள். பின் அக்கம் பக்கத்தவர்கள் வந்தார்கள். வராந்தாவில் செருப்புகள் நிரம்ப...

கலை, கனவுலகத் தொலைக்காட்சி, டெக்னிஷியன்கள், விளம்பர உலகம் சம்பந்தப்பட்ட கடுக்கன்கள், ரப்பர் பாண்ட் குடுமி ஆசாமிகள், முட்டைக் கண்ணாடிகள், கரிய நிற சுடிதார்கள், கரும்பச்சை லிப்ஸ்டிக்குகள் - இவ்வாறு வினோத ஜனத்தொகை அந்த இடத்தைப் படையெடுத்தது.

மலர் மாலைகளும் மலர் வளையங்களும் வந்தன. கார்கள் வந்து கதவுகள் மெள்ளச் சாத்தப்பட்டன. எல்லாமே பொய்க் கும்பல்.

'இன்னும் பாடி வரலையா?'

'இல்லை' என்றான் வஸந்த்.

'வரும் இல்லை? நீங்க யாரு?'

'பாடம் பண்ணப் போறவன்.'

'பாடம்?'

'பாடம்! எம்பாமிங்' என்றான் வஸந்த். அவன் வஸந்த்தை விட்டு சரேலென்று கவலை முகத்துடன் விலகினான்.

'ரிலேஷன்ஸ் வர்றவரை காத்திருப்பாங்களா?'

'அப்படித்தான் தோணுது. ஒரு பாக்கெட் ஊதுவத்தி வாங்கி வாரீங்களா?'

'ப்ரேர்ணா தரையில் ஒருக்களித்துப் படுத்திருக்க, ஒரு மாமி காபி கொண்டுவந்து கொடுத்தாள். பெண்கள் அருகில் வீற்றிருந் தார்கள். அங்கே தொங்கிய மௌனத்தை ஏறக்குறையத் தொட்டுப்பார்க்க முடிந்தது. நாய் அறைக்குள் இருந்து குரைத்து ஓய்ந்துவிட்டது. வஸந்த் மற்றொரு அறைக்குள் நுழைந்தான். அலமாரியில் தாறுமாறாகப் புத்தகங்கள் அடுக்கிவைக்கப் பட்டிருந்தன. திருக்குறள், திருக் குர்ஆன், பைபிள், மாடர்ன் க்ரைம் ஸ்டோரிஸ், ஜாவா பீன்ஸ்! Sacred Books of the East என்பதில் மனுவின் ஜார்ஜ் ப்யுலரின் மொழிபெயர்ப்பு.

புரட்டினான். 'If a wife proud of the greatness of her relatives or her own excellence violates the duty which she owes to her lord, the king shall cause her to be devoured by dogs in a place frequented by many.' என்பது அழுத்தமாக அடிக் கோடிடப்

பட்டிருந்தது. வஸந்த் ஜன்னல் வழியாக எட்டிப் பார்த்தான். கருப்பு பெயிண்ட் அடித்து... நாலா பக்கமும் கண்ணாடி அமைத்து... வெண்மை வெல்வெட் போட்ட அமரர் ஊர்தியின் நடுவே சவப்பெட்டி வைக்கப்பட்டிருந்தது. கணேஷும் பக்கத்து வீட்டுக்காரரும் மேலும் இருவர் உதவ பெட்டியை வெளியே நீட்டினார்கள்.

பெட்டி உள்ளே வரும்போது மௌனத்தைக் கத்தியால் கிழித்ததுபோல் ப்ரேர்ணா அலறினாள்.

கணேஷ், வஸந்த் அருகில் வந்து, 'எதுக்கோ வந்து எதிலயோ மாட்னம். வெட்டிரா! வா போகலாம். வேலை கெடக்குது!'

புறப்படும் முன் 'மிஸஸ் சந்தர், அவரைக் காப்பாத்த எவ் வளவோ முயற்சி பண்ணாங்க. இனிமே ராஜசேகர் பார்த்துப்பார். நாங்க வர்றோம்.'

அந்தப் பெண், 'பெட்டியை மூடிடுங்க. இந்தக் கோலத்தில் அவரைப் பார்க்க விரும்பலை!'

தேக்குமரம் போலிருந்த பாலிஷ் போட்டிருந்த சவப்பெட்டியின் மேற்புறம் முகத்தைக் காட்டக்கூடிய வகையில் திறந்திருந்தது. வஸந்த் சந்தரின் முகத்தைப் பார்த்தான். முழு நீலம் பாரித்து வீங்கிப் போய் அவனைக் கடைசியில் உயிருடன் பார்த்ததுக்கும் இப்போதைக்கும் எத்தனை மாறுதல்

மரணம் எத்தனை வேகமாக கோரப்படுத்தி விடுகிறது.

'கணேஷ் போகாதிங்க. உங்ககூட கொஞ்சம் தனியாப் பேசணும்' என்றாள் ப்ரேர்ணா.

4

ப்ரேர்ணாவுடன் கணேஷ் அடுத்த அறைக்குச் செல்லும்போது, 'வஸந்த் நீயும் வா' என்றான்.

ப்ரேர்ணா, கணவனின் தற்கொலையின் தாக்கத்தில் இருந்து சற்று தெளிந்திருந்தாள். முகத்தில் களைப்பு நீங்கியிருந்தது.

'டெத் சர்ட்டிபிகேட் கொடுத்துட்டாங்களா பாஸ்.'

'கொடுத்துட்டாங்க. இல்லைன்னா புதைக்க முடியாது. ஜோ. ராஜசேகர்தான் உதவினார்.'

'ப்ரேர்ணா, உங்க கணவருக்கு எதும் இன்ஷுரன்ஸ் இருக்கா?'

'எதுவும் எடுத்ததா தெரியலை. ஏன்? எதாவது பிரச்னை வருமா?'

'பெரிய தொகை இன்ஷுரன்ஸ் எடுத்து தற்கொலை பண்ணிக்கிட்டா சந்தேகப்படுவாங்க.'

அவள் எதிர்பாராமல் அருகே வந்து, 'கணேஷ் என் முகத்தைப் பாருங்க. என்ன தெரியுது?'

பளிங்கு முகம். நல்ல சிவப்பு. இருபத்து நான்கு வயசிருக்கலாம். மாடல் செய்வதற்காக உடல் எடையை பத்திரமாகப் பாதுகாத்து துக்கத்தையும் மீறி தக்க இடங்களில் தக்க பரிமாணங்களில் இருந்தாள். உடையத் தயாராக உள்ள கண்ணாடி

ஜாடிபோல இருந்தாள். உதவி செய்ய உலகின் எல்லைக்குச் செல்லலாம் போல இருந்தாள்.

‘உங்கள் முகத்தில் தெரியறது ரிலீஃப்தான்’ என்றான் கணேஷ்.

‘சரியாச் சொன்னீங்க. இவரக் கல்யாணம் செய்ததுக்கப்புறம் முதல் முதலா ரிலீஃப். பெரிய்ய பாரம், சுமை நீங்கினாப்பல இருக்கு. இன்னும் அவர் இல்லைங்கறதை நம்ப முடியலை. இந்த வீடு முழுக்க அவருடைய சந்தேகம்ங்கற விஷக்காற்று பரவியிருக்கு. பெரிய தப்புக் கல்யாணத்திலிருந்து... தப்பிச்சேன். ஹி வாஸ் எ மேனியாக். டோட்டல் மேனியாக். டாக்டர் ரிப் போர்ட்டைக் காட்டறேன்... போட்ட படங்கள்ளாம் காட்ட றேன்... பாருங்க, எழுதி வச்ச போஸ்டர்ங்க...

‘அதெல்லாம் தேவையில்லைங்க’ என்றான் வஸந்த்.

‘என்ன வேலையில் இருந்தார்?’

‘என்ன வேலையில இல்லைன்னு கேளுங்க. முதல்ல இன்ஸ்டிட் யூட்ல சினிமட்டாகிராஃபி படிச்சாராம். டிப்ளாமாவைக் காட்டினதே இல்லை. கேமராமேன், அப்புறம் வீடியோ கடை வச்சார். கம்ப்யூட்டருக்குத் தாவினார். டேப் ரெகார்டர், செல் போன் ரிப்பேர் கடை வெச்சார். ஏதோ ஒரு திறமை இருந்திருக்கு. அது என்னன்னு அவராலேயே கண்டுகொள்ள முடியாத ஓயாத அலையற மனசு. இடையில லாட்டரி, ரேஸ், மைண்ட் கண்ட் ரோல், ரெய்கி, ப்ராணிக் ஹீலிங்... எட்டாம் நம்பருக்கு பூஜை... என்ன என்னவோ கணேஷ். நீங்க ஏன் எதாவது பிரச்னை வருமான்னு கேட்டிங்க? சந்தர் சாவறதுக்கு முன்னாடி எதாவது சொன்னாரா?’

‘சொன்னார்.’

‘என்ன சொல்லியிருப்பார்? ‘எல்லாத்துக்கும் அவதான் காரணம். அவதான் என்னை சாகடிச்சா’ - அப்படித்தானே?’

‘ஏறக்குறைய அப்படித்தான்.’

‘அதை நீங்க நம்பறீங்களா?’ என்றாள். உதடு துடித்தது.

‘நம்பறதுக்கோ நம்பாததுக்கோ உங்க திருமண வாழ்வை அத்தனை கிட்டக்க பாக்கலைங்க.’

‘சொல்லட்டுமா?’

‘இப்ப வேண்டாம். வக்கீல் என்ற முறையில் தெரிஞ்சுக்க இப்ப அவசியமில்லை. வஸந்த், இது போஸ்ட் மார்ட்டம் ரிப்போர்ட் காப்பி. ஒரு க்ளான்ஸ் பாத்துரு.’

வஸந்த் அதைப் படித்தான். ‘சூசைட் பை ஹேங்கிங்’னுதான் போட்டிருக்கு. ப்ராப்ளம் எதுவும் வராது. கயிற்று இறுக்க அடையாளம் கழுத்தில், வாயில ஸலைவா வழிஞ்சது, அஸ்ஃபிக்ஸியேஷன், மூளைல முக்கா பாகம் நீலம் பாரிச்சு அப்புறம் கரோடிட் ஆர்ட்டரி நசுங்கிப் போய்...’

‘ப்ளீஸ் எனக்கு விவரம் வேண்டாம். படிக்காதீங்க.’

‘நோ ப்ராப்ளம்னு சொல்ல வரேன். உங்க கணவர் செய்து கொண்டது அக்மார்க் தற்கொலைதான். பாஸ், இந்த ஜோக் தெரியுமோ? பணக்காரன் ஒருத்தன் கண்டாமணி கயிற்றில் தொங்கி தற்கொலை செய்துகிட்டானாம். பட்லர் உள்ள வந்து ‘மணியடிச்சிங்களா சார்?’னு கேட்டானாம் பவ்யமா!’

‘கணேஷ் அவனைச் சுட்டெரிக்கிறாற்போலப் பார்த்தான். ‘வஸந்த்!’

‘ஓ, சந்தர்ப்பம் சரியில்லையோ? ஸாரி பாஸ்! டையிங் டிக்ளரேஷன் ஏதாவது கொடுத்தாரா?’

‘நான் அப்ப இல்லை. ஆம்புலன்ஸ்ல கொஞ்சம் கோர்வையில்லாமப் பேசினார்.’

‘இன்னி ராத்திரி எப்படி கழிக்கப் போறன்னு பயமா இருக்குது. இந்த வீட்டில் தங்க முடியாது. ஏதாவது ஓட்டல் புக் பண்ணணுங்க.’

‘ராஜசேகர் ஏற்பாடு பண்றதாச் சொன்னார்.’

‘அவரைப் பாத்திங்கல்ல? என்னை விட ஜோ எவ்வளவு பெரியவர்? அவர் மேல் சந்தேகப்பட்டு, திட்டி துரத்தி... சந்தேகம் சந்தேகம், வருஷம் பூராச் சந்தேகம். தூங்கறப்ப சந்தேகம், கனாவில்கூட சந்தேகம்.’

‘இனி சந்தேகப்படறதுக்கு ஆளே போய்ட்டாரே?’

‘அந்த மரணத்தால எந்தவித ப்ராப்ளமும் வராதில்லை?’ என்றாள் மறுபடி.

‘வராது. பெரிய சொத்து எதுவும் இல்லாத பட்சத்தில்’ என்றான் மறுபடி.

‘சொத்தாவது? எல்லாம் என்னதுதான். பணம் எல்லாம்.’

‘போலீஸ் வந்து விசாரிச்சா நீங்க என்ன பண்றிங்க... இதில் செல் நம்பர், பேஜர் எல்லாம் இருக்கு. பாத்ரூம்லகூட என்னப் பிடிக் கலாம். போன் பண்ணுங்க. கவலைப்படாதிங்க. உங்களை பீடித்த உபாதை விலகிட்டதாவே வெச்சுக்கங்க. கெட்ட சொப் பனம் கலைஞ்சு போச்சு. ஒரு மாதம் கண்காணாம போயிடுங் களேன்’ என்றான் வஸந்த்.

‘ஏகப்பட்ட ஷெட்யூல். ஒரு டெய்லி சோப், தினம் படப்பிடிப்பு.’

வஸந்த், ‘கதைய மாத்திறச் சொல்லுங்க. ஈரோயின் வெளிநாடு போய்ட்டா. அங்க ஒரு விபத்தில உள்ளாகி எல்லாத்தையும் மறந்துட்டா... ஆஸ்பத்திரில இருக்கறதால அப்பப்ப போட்டோ வைக் காட்டி ரோடுல போற ஆட்டுக்குட்டியைக் காட்டி, ஓட்டச் சொல்லுங்க.’

‘எனக்கு ஒரு மாதமாவது நிம்மதி வேணும். புயல் அடிச்சு ஓஞ்ச மாதிரி இருக்குது. சொந்தப் புருஷனோட சவத்தை அடுத்த ரூம்ல வெச்சுக்கிட்டு இந்தமாதிரி பேசறேன்னா எனக்குள்ள எத்தனை வெறுப்பு இருக்கணும்?’

‘புரியுதுங்க... அதையே போட்டு அரைக்காதிங்க.’

‘வஸந்த்!’

‘பெண்கள் ஆண்களுக்கு சிசுருஷை செய்யவும் பிள்ளை பெத்துக் கொடுக்கவும் ஏற்பட்டவங்கங்கறது அவருடைய கருத்து.’

‘கவனிச்சேன். அலமாரில மனு. இதெல்லாம் வழக்கொழிஞ்சு போச்சு.’

‘அப்படின்னா நினைக்கறிங்க? உங்களுக்குக் கல்யாணம் ஆச்சா?’

‘இல்லைங்க, யோசிச்சுக்கிட்டிருக்கேன். அதுக்காக சமஸ்க்ருதம் படிச்சிக்கிட்டு இருக்கேன்.’

'உங்களுக்கு கணேஷ்.'

'பண்ணிக்கிறதா உத்தேசம் இல்லை.'

'ஏன்?'

'இந்த மாதிரி கேஸ் எல்லாம் பாத்துட்டு கிலில இருக்கார்.'

'என்னை உதாரணமா எடுத்துக்காதீங்க. நான் ஒரு முட்டாள். விசாரிக்காம பைத்தியக்காரனைக் கல்யாணம் பண்ணிக் கிட்டேன்.'

அடுத்த ஃப்ளாட் ராஜசேகர் வந்தபோது 'ஜோ, வாங்க இவங்க...'

'தெரியும். கணேஷ். எங்கூடத்தான் இருந்தார். சிஸ்டர் பங்களூர் லேர்ந்து ஃப்ளைட்ல வராங்க. வந்ததும் எடுத்துடலாம். ஃப்யுனரலுக்கு வெஸ்டன் செமட்ரின்னுட்டு கொஞ்சம் க்ளீனான இடம்தான். எல்லா ஏற்பாடும் பண்ணியாச்சு. பாடி ரொம்ப டிகம்போஸ் ஆயிடுச்சு. சீக்கிரம் எடுத்துரலாம். ஸ்மெல் வருது.'

'ஜோ அவர் உங்களை அவமானப்படுத்தினதுக்கு நீங்க செய்யற இந்த உதவி...'

'சந்தர் அப்படிப்பட்டவனில்லை ப்ரே! அவனை எதோ பேய் பிடிச்சிருந்தது. ஒரு வாரம் முழுவதும் சரியா இருப்பான் சார். பிரில்லியண்டாப் பேசுவான். அப்புறம் ஒரு வாரம் கத்துவான். ஹி வாஸ் எ ஸ்கிட்ஸோ.'

கணேஷ் மறுபடி நடுக்கூடத்துக்கு வந்தான். சவப்பெட்டி! முற்றும் மூடப்பட்டு தலைமாட்டில் சந்தர் புன்னகைக்கும் புகைப்படம் வைத்து மாலை இட்டிருந்தது. அகர்பத்தி வாசனை யும் ரோஜா மணமும் தூக்கியிருந்தாலும் அதனுடன் லேசாக ஒரு பிண நாற்றமும் சரிகையிட்டிருந்தது.

சந்தரின் அக்காவும் அக்கா புருஷனும் வந்த உடனே கொஞ்ச நேரம் பெட்டியருகே மௌனமாக நின்றுவிட்டு அடுத்த அறைக்குச் சென்று ப்ரேர்ணாவைக் கட்டிக்கொண்டு மௌன மாக அழுதார்கள்.

துக்கத்திலும் ஒரு பெரியமனுஷத்தனம் இருந்தது.

அக்கா புருஷன், ‘தி ப்ளைட் வாஸ் டூ அவர்ஸ் லேட். ஜெட் ஏர் வேஸ்ல கெடைக்கல ஜோ. ராஜசேகருடன் பரிச்சயமிருந்தது.

‘கடைசியாப் போய்ச் சேர்ந்துட்டான். ஜோ, இது எத்தனாவது முயற்சி? ப்ராப்ளம் எதுவும் இல்லையே. ஐ கேன் டாக் டு தி கமிஷனர்.’

‘இல்லை. இன்க்வெஸ்ட் நடத்தி எல்லாம் கிளியர் பண்ணி யாச்சு.’

‘தன் எண்ணங்களாலேயே தன்னையே சாவடிச்சுக்கிட்டான். பாவம் இந்தப் பொண்ணு.’

‘பெங்களுக்கு அழைச்சுட்டுப் போயிருங்க!’

‘வருவாளா? ஆயிரத்தெட்டு கமிட்மெண்ட். வாசல்லயே காத்திருக்காங்களே டி.வி.காரங்க!’

சற்று நேரத்தில் சவப்பெட்டி அமரர் ஊர்தியில் வைக்கப்பட்டது.

அது புறப்பட்டுச் செல்வதைப் பார்த்துவிட்டு கணேஷ், ‘வாடா வஸந்த் சாப்டர் க்ளோஸ்’ என்றான். ‘கதிரேசன் க்ராஸை நாளைக்கு தொடரணும்!’

‘நரசிம்மன் தப்பிச்சுருவான் பாஸ்.’

காரில் திரும்பும்போது ‘பாஸ் நீங்க ஆஸ்பத்திரி போயிருந்தப்ப அவன் அலமாரில உள்ள புத்தகங்களையெல்லாம் பார்த்தேன். மனு சாஸ்திரம் எல்லாம் இருந்தது. அதில பெண்களை இரண்டாம் பட்சமாக் கருதுற எல்லா வரிகளும் அடிக்கோடு இடப்பட்டிருந்தது. மேல் ஷாவனிஸ்ட்டு.’

‘தீவிரமான சுய இரக்கம் அல்லது கட்டுக்கடங்காத சுயநாச எண்ணங்கள் - இதெல்லாம்தான் தற்கொலைக்குக் காரணம்.’

‘மூணு தடவை முயற்சி பண்ணிருக்கானாம்.’

‘சொன்னான். ‘தைரியம் வரலை. அதான் பாதில கைவிட் டேன்’னான்.’

‘உயிர் இருந்ததா?’

'கொஞ்ச நேரம் போராடிக்கிட்டிருந்தான். டூ லேட்.'

'மனித மனம்ங்கறது எத்தனை ஆழமானதுன்னு என் கேர்ள் ஃப்ரெண்டு ஒருக்கா சொன்னா. மனசை எதுக்கு ஆழம் பாக்கணும்? மத்த சமாச்சாரங்கள் எவ்வளவோ இருக்கேன்னேன்...'

'அத்தனை அழகான பெண்ணைக் கல்யாணம் கட்டிக்கிட்டும் தற்கொலை.'

'பார்யா ரூபவதி சத்ருன்னு சொல்வாங்களே! பொறாமையாலயே செத்திருக்கான்.'

'எங்கடா சமஸ்கிருதமெல்லாம் கத்துக்கிட்டே?'

'ஏன் கேக்கறிங்க? கேர்ள் ஃப்ரெண்டு அப்பா சமஸ்கிருத ப்ரொபஸர். பூர்வ மீமாம்சத்தில் டாக்டரேட்டாம். அதை ஏதோ மாம்சம்னு நினைச்சுக்கிட்டு டேஸ்டா இருக்குமா சார்னு கேட்டுட்டேன். ஒரு மாதம் மாளவிகா என்கூடப் பேசலை. அப்புறம்தான் பண்டார்கர்ல 'லேர்ன் சன்ஸ்க்ரித் இன் தர்ட்டி டேஸ்'னு ஒரு புத்தகம் வாங்கினேன். நல்ல லாங்வேஜ் பாஸ். பலான விஷயங்கள் பலதும் இருக்கு!'

'பகவத் கீதையும் இருக்கு.'

'அதான் ப்ராப்ளம்'

அவர்கள் சரவணாவில் வட்ட மேஜையில் நின்றுகொண்டு டிபன் சாப்பிட்டுவிட்டு அலுவலகத்துக்கு வந்தபோது பின்னிரவு. கொஞ்ச நேரம் கரண்ட் போயிருந்தது.

'எத்தனையோ வாங்கின. ஒரு ஜெனரேட்டர் வாங்கலை பாரு.'

'ஆர்டர் பண்ணிட்டேன். வெள்ளிக்கிழமை வந்துரும் பாஸ்.'

கணேஷ் இருட்டில் யோசித்துக்கொண்டிருந்தான். திரும்பத் திரும்ப அந்த முகம் மனத்தில் குறுக்கிட்டது. தடித்த நாக்கு. லேசாகச் சுழலும் உடல். அவசரப்பட்டுச் செய்த காரியத்தை ரத்து செய்ய முடிச்சை அவிழ்க்கும் முயற்சியில் கழுத்தில் நகக் கீறல் காயம்.

அத்தனையும் நினைவுத் திரையில் அல்லாட கணேஷ் தூங்கிவிட்டான். ஏதோ ஒரு இனம் புரியாத எண்ணம் மனத்தின் அடித்தளத்திலிருந்து உறுத்தியது.

குருவிகளின் சப்தம் கேட்டு விழித்தெழுந்தான். கரண்ட் வந்து மின்விசிறி பேயாகச் சுற்றிக்கொண்டிருந்தது. ராத்திரி வேளையில் எந்தக் குருவி கூவுகிறது என்று வியந்தான்.

'வஸந்த்' என்று விளித்தான்.

'பாத்ரூமில் இருக்கேன் பாஸ்.'

'இது என்னடா குருவி சப்தம்?'

'பேஜர் பாஸ். எடுத்துப் பாருங்க.'

'எங்க இருக்கு?'

'சோபாவில் பேண்ட்டு கழட்டி வச்சிருக்கேன். அதன் பாக்கெட்ல இருக்குது.'

பேஜர் இன்னமும் கூப்பிட்டுக்கொண்டிருந்தது.

அதைத் தேடி எடுத்து அதன் எல்சிடி எழுத்துக்களை வெளிச்சத்தில் பார்த்தான்.

'அவள் கொல்லப்படுவாள்' என்று எழுதியிருந்தது.

'வஸந்த் என்னடா இது?'

வஸந்த் தலை சொட்டச் சொட்ட அரை டிராயரில் வந்து நின்று எட்டிப் பார்த்தான். 'பாஸ் இது மூணாவது மெசேஜ். முதல்ல இதே பேஜர்ல வந்தது. அப்புறம் செல்போன்ல, அப்புறம் இது! ப்ராப்ளம்!'

அப்போது அலுவலகத்தின் வாசலில் ஒரு ஆட்டோ வந்து நிற்க கதவின் மணி பொறுமையின்றி மீண்டும் மீண்டும் அழுத்தப் பட்டது. பின்குறிப்பாகப் படபடவென்று தட்டப்பட்டது.

'ஹூ தி ஹெல்' என்ற வஸந்த் திறக்க ப்ரேர்ணா அவன் மேல் மயங்கி விழுந்தாள்.

5

வஸந்த் பல பெண்களை வாத்சல்யத்துடன், பரிவுடன், காதலுடன், காதலற்ற எண்ணங்களுடன் தங்கை போல, தாய் போல அணைத்திருக்கிறான். இது நாள் வரை அவன் நடு மார்பில் வந்து எந்தப் பெண்ணும் மயங்கி விழுந்ததில்லை. பாசாங்கு செய்கிறாள் என்று நினைத்தான். அப்படியே துவண்டு அறுந்த திரைபோல விழுந்தாள். மூச்சு ஆழமற்றதாக இருந்தது. கணேஷ் வாசலைப் பார்த்தான். ஆட்டோ ரிக்ஷாவில் வந்திருக்கிறாள்.

'கைல காசில்லைங்க. வளையலைக் கொடுக்கறேன் னாங்க. வெலாசமும் சரியாத் தெரியாம பேஜாரா யிருச்சுங்க. சம்சாரத்தை சரியா வெச்சுக்கங்க. ராத்திரியில அழுதுகிட்டே அலைய விடாதீங்க' என்று தன் பங்குக்கு த்ரீ வீலர் உபதேசம் கொடுத்து விட்டு நூறு ரூபாய் வாங்கிக்கொண்டு குமுறலுடன் பிரிந்தான்.

வஸந்த் கம்ப்யூட்டர் மேன்யுவல்களையெல்லாம் ஒதுக்கி சோபாவில் அவளை உட்கார வைத்தான். தக்கை போல மொத்தமே பத்து கேஜிதான் இருக்கும். கணேஷ் குளிர் பெட்டியிலிருந்து மென்பானம் எடுத்து உடைத்துக் கொடுத்தான்.

அவள் தலை கலைந்திருந்தது. சாயங்காலம் பார்த்த அதே உடை கசங்கியிருந்தது. மார்பு அடித்துக் கொண்டது. கணேஷ், டாக்டர் பத்ரிக்கு போன் செய்தான்.

37

‘கிரிக்கெட் மேட்ச் போய்ட்டிருக்கறப்ப தொந்தரவு செய்றீங்க கணேஷ், இது தர்மமா?’

‘ராத்திரிலயா?’

‘ஆமாம்ப்பா. ஆஸ்திரேலியா வெஸ்ட் இண்டிஸ். இன்னும் நாலு ஓவர்தான் இருக்கு. நாப்பது ரன் பாக்கி. ரிக்கி பாண்டிங் விளாச றான். எப்படிப்பா விட்டுட்டு வருவேன்?’

‘ஒண்ணு செய்ங்க. டாக்டர் தொழிலை விட்ருங்க.’

‘அதை விட முடியுமா? வந்துர்றேன். ஸ்ட்ராங்கா காபி ஏதாவது கொடு. டைட் டிரஸ் போட்டிருந்தா கழட்டிரு. காத்தோட்டமா இருக்கட்டும். கழுத்தைத் தொட்டுப்பாரு. ஜுரம் இருக்கா. ஜுரம் இருக்கா வஸந்த்?’

‘இல்லை. ஐஸ் மாதிரி இருக்கு.’

‘இன்னும் மூணு ஓவர்தான் இருக்கு. வரேன், உங்கிட்ட டயாசி பாம் இருக்கா?’

சற்று நேரத்தில் அவளுக்கு பேச்சு மூச்சு வந்ததும் வஸந்த் மெதுவாக அவளை வினவினான் - ‘இப்ப எப்படி இருக்கு?’

‘பரவால்லை’ என்பது போல் தலையசைத்தாள்.

‘என்னாச்சு. சொல்றீங்களா? இப்படி ராத்திரி கதவைத் திறந்ததும் க்ளையண்ட் எங்கமேல விழுந்தெல்லாம் பழக்கமில்லை. அதிர்ச்சி தாங்காது’ என்றான்.

கணேஷ், ‘ப்ரேர்ணா எதையோ பாத்து பயந்தீங்களா? யாராவது பயமுறுத்தினாங்களா? டெலிபோன்ல? நேர்ல?’

‘ஆமாம்.’

‘யாரு?’

‘சந்தர்’

‘சந்தரா, யார்றா?’

‘அய்யோ! இன்னொரு சந்தர் இருக்காரா. உங்க மறைந்த கணவரைத் தவிர?’

'இல்லை அவரே!'

'யாரு? உங்க கணவரா? மேடம் அவரை முழுசாப் புதைச்சாச்சு. இன்னேரம் புழு பூச்சிங்க எல்லாம் டின்னருக்கு தயாராகிக் கிட்டிருக்கும்.'

'அவர் மாதிரியே ஒருத்தர ஓட்டல்ல...'

'என்ன நடந்தது? சரியாச் சொல்லுங்க.'

'இன்னும் கொஞ்சம் காபி' என்றாள் ப்ரேர்ணா. அவள் அதை மடக்கென்று குடித்துவிட்டு உதட்டைத் துடைத்துக்கொண்டு உட்கார்ந்தாள். 'டி.வி.போடுங்க. என் சீரியல் என்ன ஆச்சுன்னு பார்க்கணும்.'

'சீரியல் பாழாப் போகட்டும்! நடந்ததை சொல்லுங்க!'

'ராத்திரி வீட்ல தங்க இஷ்டமில்லாம ஷெரட்டன்ல ரூம் போட்டிருந்தார் ஜோ. சாவி வாங்கப் போயிருந்தார். லாபில உக்காந்திருந்தேன். டாய்லெட் போகலாம்னு நடக்கறேன். ஏதோ ரிப்பேர் பண்ணிக்கிட்டிருக்காங்க. சிமெண்ட் மூட்டை பலகை எல்லாம் அடுக்கியிருந்தது. அதுக்குப் பின்னால கண்ணாடிக்கு வெளிய ஒரு முகம் எட்டிப் பார்த்தது. கதவைத் திறந்தது. 'வா ப்ரேர்ணா'ன்னு கூப்பிட்டுக்கிட்டிருக்கான். கோட் போட்டுக் கிட்டு, தட்டற தட்டல்ல கோட் பட்டன் உடைஞ்சது. நா பாத்தேன். என்னை அறியாம அங்க போறேன். எனக்கு என்ன ஆச்சுன்னு தெரியல...

'என்னைக் கொன்னுட்ட பாத்தியா. அதுக்கு உன்னைச் சும்மா விடலாமா?'ன்னு கேட்டுச்சு.

'நான் பயந்து போய் திரும்ப ஓடி வர்றேன். 'எங்க போவே நீ? எங்க போனாலும் நான் இப்பகூட வரலாம் தெரியுமில்ல. நோ ட்ரான்ஸ்போர்ட் ப்ராப்ளம்'னு சொல்லுது. ஒரு கணம்தான் பார்த்தேன். ஆனா நிச்சயம் அது சந்தர்தான் கணேஷ்!'

இப்போது அவள் முகத்தைப் பொத்திக்கொண்டு அழுதாள். கணேஷ் தாடையில் கை வைத்துக்கொண்டு யோசித்தான்.

'பாஸ், ஷி இஸ் ஹாலுஸினேட்டிங்' என்றான் வஸந்த்.

'டாக்டர் வரட்டும்.'

‘அப்ப உங்க கூட ஜோ இல்லையா?’

‘ஜோ ரிசப்ஷனுக்குப் போயிருந்தார் சாவி வாங்கறதுக்கு. அய்யோ அவர்கிட்ட சொல்லாம ஓடி வந்துட்டேனே? கவலைப் படுவாரே.’

போன் ஒலித்தது. அவராத்தான் இருக்கும். ‘ஹலோ?’

‘ஒன் மினிட் ப்ளீஸ்.’

போனில் சற்று நேரம் ஜிங்கிள் பெல்ஸ் ஒலித்தது. அதன் பின்,

‘ஹலோ?’

‘அவ வந்தாளா?’

‘யார் பேசறது, ராஜசேகரா?’

‘இல்லை. அவகிட்ட போன் கொடு.’

‘நீங்க யாரு?’

‘அவகிட்ட கொடுரா தேவடியா மவனே. சொல்லு ரெண்டு நாள் தான் அந்த தேவடியாளுக்கு டயம். அதுக்குள்ளே அவளையும் தற்கொலை பண்ணிக்கச் சொல்லுடா வக்கீலு சாவு கிராக்கி. ஊர்ல உள்ள எல்லாத் தேவடியாளுகளையும் சாவடிக்கப் போறேன்.’

ப்ரேர்ணா கணேஷின் முகத்தைப் பார்த்தாள்.

வஸந்த் அதை வாங்கி சற்று நேரம் கவனித்தான்.

‘வைடா போனை’ என்றான்.

‘சந்தர்தானே, சந்தர்தானே’ என்றாள் பயந்த குரலில்.

‘சந்தர் செத்துப் போய்ட்டாரம்மா.’

மறுபடி போன் ஒலித்தது.

‘எடுக்காதீங்க சந்தர்தான் அது.’

‘கணேஷ், நான் ராஜசேகர் பேசறேன். ப்ரேர்ணா அங்க வந்தாளா?’

‘இங்கேதான் இருக்காங்க.’

‘அப்பாடா, ஐ எம் க்ரேட்லி ரிலீவ்டு! அவகிட்ட போனைக் கொடுங்க.’

‘ரொம்பத் தளர்ந்துபோய் பயந்திருக்காங்க. ஏதோ ஷாக் மாதிரி.’

‘நல்ல வேளை, நல்ல வேளை, உங்ககிட்டதானே இருக்காங்க! உடனே வரேன். பெரிய வம்பா போச்சு. திடீர்னு லாபிலேருந்து காணாமப் போய்ட்டா, எங்க போய்த் தேடுவேன்?’

போனை வைத்ததும், ‘ஜோ நீங்க காணாம போயிட்டிங்கன்னு கவலைப்பட்டுக்கிட்டிருக்கார்.’

‘அதுக்கு முன்னாடி?’

‘ஏதோ அப்னாக்ஷியஸ் காலர்.’

‘நான் இங்கேயே இருந்துர்றேன். விளக்கை அணைக்காதீங்க. எல்லா விளக்கும் போடுங்க. இருட்டு வேண்டாம். ஆபீஸ்லயே இருக்கேன்.’

‘வஸந்த் பாத்ரூம் வருது, துணைக்கு வரீங்களா?’

‘பாத்ரூம் கதவு வரைக்கும் வரேன்.’

‘உள்ளே ஜன்னல் இல்லையே, யாரும் எட்டிப் பார்க்கற மாதிரி?’

‘இல்லை. எக்ஸாஸ்ட் ஃபேன்தான்.’

கணேஷ் வஸந்த்தைப் பார்த்தான். ‘ரொம்பக் கலங்கிருக்காங்க.’

‘இல்லை. எனக்கு பாத்ரூம் வரலை. அப்புறம் போறேன்’ என்றாள். ‘வாழ்க்கைப்படகு வருமே? வாழ்க்கைப்படகு போடுங்க.’

‘வாழ்க்கைப் படகு?’

‘மெகா சீரியல். தமிழ்நாடே கறிகாய் நறுக்கறதை நிறுத்திட்டு பாத்துகிட்டு இருக்கற சீரியல் பாஸ். அதில இவங்கதான் கதாநாயகி.’

‘அது ராத்திரிகூட வருதா?’

‘மத்யானம் வர்றது. ரீடெலிகாஸ்ட்.’

வஸந்த் சானல்களைத் தேடித் துருவி வாழ்க்கைப் படகைப் பிடித்தான். அதில் ப்ரேர்ணா பளபளவென்று ரூபினி உபய சாரியில் மூன்று வயது அழகான குழந்தையுடன் வீட்டிலிருந்து துரத்தப்பட்டுக்கொண்டிருந்தாள்.

‘மன்னி, நடுராத்திரில எங்க போவேன் மன்னி?’

‘எங்கே வேணா போய்க்கோ. நேக்குக் கவலையில்லை. இந்தாத்தில நோக்கு இடம் இல்லை.’

‘இது போன புதன் கிழமை எடுத்தது. இன்னும் நாலு எபிசோடு இருக்கு.’

‘சொன்னேனே, கதையை மாத்திரச் சொல்லுங்க.’

டாக்டர் பத்ரி மாட்டிஸ் காரில் வந்து இறங்கினார். ப்ரேர்ணாவைப் பார்த்ததும், ‘ஓ நீங்களா பேஷண்ட்? ஏம்பா கணேஷ், இதை முன்னாடியே சொல்லக்கூடாதோ?’

ரத்தம் அழுத்தம் பார்க்கிற போது, ‘கடைசி பால். நாலு ரன் எடுக்க வேண்டியிருந்தது. ஸ்டீவ் வா மூணு ரன் ஓடிட்டான். அதுக்குள்ள ஜனங்க எல்லாரும் பிட்சுக்கு ஓடி வந்துடுத்து. மேட்ச் டை. பிபி கொஞ்சம் ஹை. லேசா ஜுரம்கூட இருக்கு. என்ன ஆச்சு? அஸ்பண்டு செத்துப் போய்ட்டதா சாயங்கால பேப்பர்ல பாத் தேன். அவர் போனா என்ன? நீங்க மேற்கொண்டு வாழ்க்கையை நடத்த வேண்டாமா? எத்தனை பேர் உங்கள டிவில பாக்கக் காத்துக்கிட்டு இருக்காங்க தினம்? மைல்டா ட்ராங்கவிலைசர் கொடுத்திருக்கேன். ஜுரத்துக்குப் பாராஸிட்டமால் போதும். ப்ரேர்ணா, உங்க வாழ்க்கைப் படகைப் பாக்காம என் மனைவி தூங்க மாட்டா.’

ப்ரேர்ணா, ‘செத்துப் போனவங்க கொஞ்ச நாள் உசிரோட உலாத்துவாங்களா டாக்டர்?’

‘ம்ஹூம். சான்ஸே இல்லை. ஏன் கேக்கறீங்க?’

கணேஷ் ‘அதெல்லாம் அப்புறம் விசாரிக்கலாம் ப்ரேர்ணா. நீங்க கொஞ்சம் இந்த ரூம்ல ரெஸ்ட் எடுத்துக்கங்க.’

'என்னை விட்டு எங்கேயும் போய்டாதிங்க.'

'எல்லாரும் ஹால்லதான் இருக்கோம்.'

மூவரும் ஹாலுக்கு வந்தபோது ராஜசேகர் சேர்ந்துகொண்டார்.

கணேஷ், 'ஜோ, அவங்க தன் கணவனை ஓட்டடல்ல பாத்ததாச் சொல்றாங்க. அதான் பயந்துபோய் ஓடிவந்துட்டாங்க இங்க' என்றான்.

'The After Death Experience-னு ஒரு புஸ்தகம் கொடுக்கறேன் படி' என்றான் கணேஷ்.'

'தெரியும். இயான் வில்சன். அவர் சொல்றபடி எல்லாமே ஹாலுசினேட்டரி பாஸ். ஒரு சீனாக்காரனும் வெள்ளைக்காரனும் செமட்ரிக்குப் போனாங்களாம், அவங்கவங்க அப்பாக்களைப் புதைத்து வெச்ச சமாதிகளுக்கு அஞ்சலி செலுத்த. வெள்ளைக் காரன் மலர் கொத்தை வெச்சான். சைனாக்காரன் நிறைய, பழம் ரொட்டி எல்லாம் வெச்சானாம். வெள்ளைக்காரன் ஏம்பா எத்தன வேஸ்ட்டு, உங்கப்பா இதெல்லாம் எப்பப்பா வந்து சாப்டு வார்னு கேட்டதுக்கு, உங்கப்பா நீ வச்ச பூவை மோந்து பாக்க வர்றப்பன்னானாம்' என்றான் வஸந்த்.

ராஜசேகர், 'ஐ நீட் எ ட்ரிங்க்' என்றார். 'கணேஷ் ஏதாவது வச்சிருக்கீங்களா?'

'பியர் இருக்கு.'

'ஏதாவது! இன்னிக்கு ஒரு நாளைக்கு ரொம்ப அதிகமான கலக்கமான அனுபவம்.'

'ப்ரேர்ணா என்ன பண்றா... ஒரு நடை பாத்துட்டு வந்துரு வஸந்த்.'

உள்ளே சென்று, உடனே வெளியே பதட்டமாக வந்தான்.

'பாஸ், ப்ரேர்ணாவைக் காணோம்!'

6

சற்றே கதையிலிருந்து விலகி கணேஷ் வஸந்தின் தம்புச் செட்டித் தெரு அலுவலக அமைப்பை விவரிக்க வேண்டியுள்ளது. நெருக்கமான சந்தாக இருந்தாலும் உயர் நீதிமன்ற அணுக்கத்தினால் பல பிரபலமான வக்கீல்கள் அங்கங்கே இடம் பிடித்து அக்ரிலிக் தடுப்புகள் அமைத்து சின்னச் சின்ன நவீன குகைகள் போன்ற அலுவலக அறைகள் அமைத்து தடிமனான புத்தகங்கள் அருகே இங்கே ஒரு அகர் வால், அங்கே ஒரு சோனி மற்றாங்கே ஒரு ஜெய ராமன் என்று பெரிய புள்ளிகள் நிறைந்த அப்பிர தேசம் சென்னையிலேயே சதுர அடிக்கு தங்கத்தை விட அதிக மதிப்புள்ளது. கணேஷ் காலி செய்தால் பகடியே பத்து லட்சம் கிடைக்கும். மாட்டான்.

கணேஷ் வஸந்தின் அலுவலகத்தின் பின் பகுதியி லிருந்து பார்த்தால் ஓட்டல் தெரியும். அதுவும் ஒரு சந்துதான். இந்த சந்தின் தம்பி... இரண்டு சுறுசுறுப் பான சந்துகளின் இடையே இருந்தது அலுவலகம். ப்ரேர்ணாவைக் காணவில்லை என்றதும் முதலில் கணேஷ் பின்பக்கத்துக் கதவைப் பரிசோதித்துப் பார்த்தான். சாதாரணமாக உள்பக்கம் தாளிடப்பட் டிருக்க வேண்டிய கதவு திறந்து காற்றில் ஆடிக் கொண்டிருந்தது.

வெளியே அரை இருட்டாக இருந்தது.

'ப்ரேர்ணா' என்று கூப்பிட்டுப் பார்த்தான்.

மோட்டாரும், ஜாலி வைத்து மூடப்பட்ட கிணறும், ரிட்டயர் ஆன தென்னை மரமும் சோடியம் வெளிச்சத்தில் தெரிந்தன. குட்டையான கம்பவுண்ட் சுவரை வஸந்த் தாவினான். அடுத்த சந்தில் கீரைவடைக்குப் பேர் போன ஓர் ஓட்டலில் மக்கள் வரிசையாக நின்றுகொண்டு தின்பண்டங்களை அவர்களின் அபிமான தொலைக்காட்சி நடிகை தொலைந்துபோன கவலை இன்றி உண்டுகொண்டிருந்தார்கள். நாற்பத்தெட்டு மோட்டார் சைக்கிள்கள் நிறுத்தப்பட்டிருந்தன. பாதி ஷட்டர் திறந்த ஒயின் ஷாப்பில் பிசியாக குவாட்டர் வியாபாரமும் அருகே வெந்த கடலை வியாபாரமும் நடந்துகொண்டிருந்தன. வஸந்த் அப்பக்கமா இப்பக்கமா என்று தெரியாமல் திரிந்தான்.

'இங்கே ஒரு பொண்ணு வந்துச்சாய்யா' என்று ஆட்டோ ரிக்ஷா ஸ்டாண்டில் வினவினான்.

'அவங்கல்லாம் கடை மூட்னதும்தான் வருவாங்க' என்றார் வினவப்பட்ட ஆ.ரி.ஓட்டுனர்.

'நான் அவங்களைச் சொல்லலை.'

கணேஷும் ராஜசேகரும் எதிர்த் திசையில் தேடிவிட்டு, வஸந்த்துடன் சேர்ந்துகொண்டனர்.

'நிமிஷமா காணாம போய்ட்டா பாஸ்.'

'உள் கதவு சாத்தியிருந்ததே?'

'மேட்டர் என்ன சொல்லு வாத்யாரே! தீத்து வக்கறோம். க்வாட்டர் டிப்ளமாட்டும் இதோ இவனுக்கு ஒரு கல்யாணியும் வாங்கித் தந்துரு' என்றான் ஒரு தள்ளாடன்.

அவனை முழுவதும் தள்ளிவிட்டு, 'வாங்க பாஸ் இது ஆல்கஹால் தேசம். எவனும் நேர நின்னு பேசமாட்டான். புவி ஈர்ப்புத் தானம் அல்லாடும்.'

'தானாத்தான் திறந்துகிட்டு போயிருக்கணும்.'

'பாத்ரூமுக்குப் போகவே பயப்பட்டா, எங்க கதவைத் திறந்து கிட்டு போனா?'

'இப்ப என்ன செய்யலாம்?'

‘ஆளுக்கொரு திசையில் ஓடிப் போய் தேடிப் பார்க்கலாம். வேற என்ன செய்ய முடியும்?’

‘இல்லை வஸந்த். காரை எடு. சேர்ந்தே தேடலாம்.’

‘எனக்கென்னவோ கதை வசனம் போற பாதை நல்லால்லை பாஸ். சிவப்பெழுத்தில் விபரீதம் நடக்கப்போவுதுன்னு பட்சி சொல்லுது. தலைப்புச் செய்தி இப்பவே தெரியுது. **நடிகை படுகொலை.**

‘கொஞ்ச நேரத்தில் அவளை சந்திக்கப் போறம்னு எனக்கு பட்சி சொல்லுது’ என்றான் கணேஷ். ‘என்ன ஜோ?’

ஜோ ராஜசேகர், ‘எப்படி அவ செத்துப் போன சந்தரைப் பார்த்ததா சொன்னா கணேஷ்? அதான் எனக்கு அச்சமா இருக்கு.’

‘அவனைப் போல தோற்றமுள்ள ஒருத்தரை ஓட்டல்ல பாத்துட்டு பயந்துபோய் இங்க வந்தாங்க. இங்க என்னடான்னா சே... தலைகால் புரியல!’

மூவரும் ஜென் காரில் முதலில் பாரிஸ் கார்னர் வரை ஓட்டிப் பார்த்தார்கள். இரவாதலால் ஒன்வே விதிகள் சரளமாக மீறப் பட்டன. யுத்தகளம் போல் மக்கள் அங்கங்கே கிடந்தார்கள். வடக்கே பர்மா பஜார்வரை போய்ப் பார்த்தார்கள். கரிய ப்ளாஸ்டிக் போர்த்திய கும்பல்களாக சவுண்ட் சிஸ்டம்களும் எல்டி ப்ளேயர்களும் பர்மாவுடன் எந்தச் சம்பந்தமும் இல்லாத வியாபாரிகளும் உறங்கிக்கொண்டிருக்க, ஒரே ஒரு சுவானம் திசை திரும்பி ஓடியது.

சாலையில் இறங்கிவந்து இந்தப் பக்கம் பூக்கடை போலீஸ் ஸ்டேஷன் வரை நடந்து பார்த்தார்கள். அங்கே சந்தடி எதுவும் இல்லை.

‘பாஸ் ஒரு ரிப்போர்ட் வேணா கொடுத்துரலாமா?’

‘இப்ப வேணாம் வஸந்த்.’

‘எங்க போயிருப்பா? கதவை எதுக்குத் திறந்தா?’

மறுபடி கார் ஏறி சந்து சந்தாகத் திரிந்தார்கள்.

கந்தசாமி கோவில் வாசலில் ஒரு சிறிய டீக்கடையில் அந்த நேரத்துக்குச் சந்தடி அதிகமாக இருந்தது. பலர் கூடியிருந்தார்கள். விசில் அடித்துக் கை தட்டல் கேட்டது.

'வஸந்த் நிறுத்து! ஷி இஸ் ஹியர். நான் சொன்னேன் பாத்தியா' கணேஷ் இறங்கிச் செல்ல ப்ரேர்ணா அங்கே அமைக்கப்பட்ட ஒரு தாற்காலிக மேஜை மேடையில் ஏறிக்கொண்டு 'உங்கள் பாப்பா வின் சருமத்துக்கும் உடலுக்கும் ஆரோக்யம்' என்ற கூறி, கூடி யிருந்த ரசிகர்களுக்கு அவளுடைய பிரபலமான விளம்பரத்தை நடித்துக் காட்டிக்கொண்டு இருந்தாள்.

'ஹாய் வஸந்த்! ஹாய் கணேஷ்! வாங்க, வாங்க! உங்களுக்கு என்ன விளம்பரம் வேணும்னு சொல்லுங்க.'

மென்மையான, உயர் சூழ்நிலையில் வளர்ந்து பாதி நாள் காரிலும் மீதிநாள் கேமரா முன்னும் வாழ்ந்த பெண்ணை, காப்பர் பாய்லர் டீக்கடையில் தகர மேஜைமேல் காண்பது பம்பர் அதிர்ச்சியாக இருந்தது.

'அந்த வேர்வை நாத்தம் கொஞ்சம் காட்டுங்க' என்றான் ஒருவன். ப்ரேர்ணா கையைத் தூக்கி தன் கஷ்கத்தை முகர்ந்து பார்த்தாள்.

'நாள் முழுவதும் நறுமணம்.'

வஸந்த் அருகில் போய் அந்த விருப்ப நேயரை தாவாங் கட்டையை நிமிர்த்தி, 'யோவ் அப்பிருவேன், அந்தப் பொண் ணுக்கு உடம்பு சரியில்லைய்யா... ப்ரேர்ணா வந்துருங்க. இவங்கல்லாம் தாய்க்குலத்தை அதிகமாக் காப்பாத்துவாங்க, வாங்க!'

'நல்ல டீ கொடுத்தாங்க நம்ம தர்மராஜா. பணம் கொடுத்துருங்க.'

'அதெல்லாம் வேண்டாங்க. ஜில்மா பார்ட்டி டக்கரா கீது, வுட்டுட்டுப் போயேன்!'

வஸந்த் முழு உள்ளங்கையையும் அவன் முகத்தில் வைத்துத் தள்ளினான். 'போடான்னா.'

'கை போடாதே, கை போட்டா வேற கதியாய்ரும். கபாலி சொல்லு.'

‘எல்லா கதியும் எனக்குத் தெரியும். நான் இந்த பேட்டை ரவுடிங்களுக்கெல்லாம் செயற்குழுத் தலைவன் தெரியுமா? நக்கிள் லாக்னா தெரியுமாடா கூடுதல் சோமாரி!’

கணேஷ் நெற்றியில் விரல்களால் தடவிக் கொண்டே பார்த்துக் கொண்டிருந்தவன், ‘வஸந்த் சண்டை வேண்டாம்.’

‘பாஸ் எல்லாரும் தொடை நடுங்கிங்க... பேச்சுதான்.’

‘என்னடா சொன்னே’ என்று ஒருவன் வஸந்த்தை அணுகி ஒரு வீசு வீச அவன் குனிந்துகொண்டு தாடைக்கு கீழ் இரண்டு விரல்களை வைத்து அழுத்தி நிறுத்தி அப்படியே தூக்கினான்.

‘வலிது தலைவா. சிஸ்டர் சொல்லு. நாங்க எத்னா ஒன்னைய பெலாத்கா பண்ணமா?’

வஸந்த் அவனை உதறித் தள்ள, விடுபட்டவன் சற்று தூரம் சென்று, ‘நம்ம பேட்டைக்கு வருவில்ல?’ என்றான்.

‘சொல்றா எந்தப் பேட்டை? ஜாஃபர்கான் பேட்டையிலிருந்து கொசப்பேட்டை வரை பரவினவன்டா நானு. சிந்தாதரி பேட்டைல என்னைப் பத்தி ஒரு கானா பாட்டே இருக்குது. ‘வஸந்த முல்லையும் மல்லிகையும் அசைந்தே ஆடுதே...’ சொல்லு எந்தப் பேட்டை?’

‘வஸந்த், சீ வாடா’ என்று கணேஷ் சட்டென்று ப்ரேர்ணாவை பலவந்தமாக இழுத்துக்கொண்டு வந்து காரில் திணித்தான்.

‘எங்கே போய்ட்ட திடுதிப்ன்னு?’

‘எங்கயும் போகலையே’

‘கதவை யார் திறந்தது?’

‘பின் கதவு, எதுக்குத் திறந்த?’

‘கதவை எதுக்குத் திறப்பாங்க? வெளியே போக. ஹிஹிஹீ’

‘சுவரேறிக் குதிச்சியா?’

‘எந்த சுவரு?’

‘நாசமாப் போச்சு. கந்தசாமி கோவிலுக்கு எப்ப வந்தே?’

‘தெரியாதே? இது என்ன ஹைகோர்ட்டா’ என்று மறுபடி இளித்தாள்.

‘பாஸ், சுயநினைவில் பேசறாப்பல இல்லை.’

‘பக்கத்தில் ஆஸ்பத்திரி இருக்காடா.’

‘நேராப் போனா ஜி எச்.’

‘வேணாம். ஸம் ப்ரைவேட் ப்ளேஸ். ஜோ இவங்களுக்கு மருந்து, டிரக் பழக்கம் எதாவது உண்டா, தெரியுமா?’

‘சேச்சே!’

அந்தத் தனியார் மருத்துவமனை நட்சத்திர ஓட்டல் போல் இருந்தது. கதவைத் திறந்து நுழைந்ததும் இரவு பகல் வேறு பாடுகள் மறைந்து போயின. எல்லோரும் அப்போதுதான் குளித்தவர்கள்போலப் புத்துணர்ச்சியுடன் காணப்பட்டார்கள். கம்ப்யூட்டர் டெர்மினலில் முதல் பதிவுகள் நடந்தோய்ந்தபின், ப்ரேர்ணாவை சக்கர நாற்காலியில் வைத்து (எதுக்கு இதெல் லாம்?) காஷுவால்ட்டிக்கு எடுத்துச் சென்றார்கள். அங்கே இளம் டாக்டர் அவளை அடையாளம் கண்டுகொண்டாலும் கொள்ளாதவரைப் போல, சுபாவத்தில் படுக்க வைத்து கண்ணில் டார்ச் அடித்துப் பார்த்து சுவர் போனில் ஏதோ தொலைபேசினார்.

பெரிய டாக்டரை வரவழைத்திருக்கிறார் போலும். உடனே நான்கு உப டாக்டர்கள் தொடர உள்ளே வந்தார்.

அவளை உள்ளே அழைத்துச் சென்று அவர்கள் பரிசோதிக்கத் தொடங்கினார்கள்.

இவர்கள் மூவரும் குழப்பக் கண்ணாடிக்கு வெளியே காத்திருந் தார்கள். ஓர் உப டாக்டர் வெளியே தோன்றி, ‘இவங்க ஹஸ் பண்டைக் கூப்பிடுங்க.’

‘அவங்களைக் கூப்டறது கொஞ்சம் கஷ்டம். செத்துட்டாங்க’ என்றான் வஸந்த்.

‘தென் ஹூ இஸ் ரெஸ்பான்ஸிபிள் ஃபார் திஸ் கர்ள்?’ என்றார். டாக்டர் சாம்பமூர்த்தி என்று அவர் பெயர் மார்பில் எழுதி யிருந்தது.

கணேஷ் முன் வந்து 'என் பெயர் கணேஷ். லாயர்.'

'உங்களைப்பத்திக் கேள்விப்பட்டிருக்கேன்.'

'அப்ப என்னையும் பட்டிருப்பீங்களே?'

'யு ஆர் வஸந்த்.'

'க்ரெக்ட், தாங்க் யூ டாக்டர்.'

'பாருங்க, இந்தம்மாவுடைய ப்யுப்பில்ஸ் டைலேட் ஆயிருக்குது. ஸ்டாட்டிக் ட்ரெமர்ஸ் இருக்குது. வேர்வை வெள்ளத்தில் இருக்காங்க. பல்ஸ் ஓடுது, எண்ணங்கள்ல குழப்பம் இருக்குது.

முக்கியமா அட்ரினிலின் லெவல் எக்கச்சக்கத்துக்கு ஏறியிருக் குது. என்ன சாப்டாங்க? ரத்தத்தை அனாலிசிஸ்க்கு க்ளினிக்கல் லாபுக்கு அனுப்பிருக்கோம். சிம்ப்டம் எல்லாம் பார்த்தா மெஸ்காலின் மாதிரி தோணுது.'

'சிஸ்டர் க்ளோர்ப்ரோமோஸின் 200 எம்ஜி ஐஎம்-மாக் கொடுங்க.'

'ஜோ, நான் கேட்டேன் இல்லை? இவங்களுக்கு ஏதாவது பழக்கம் உண்டான்னு' என்றான் கணேஷ் ஆதங்கத்துடன்.

'நான் பார்த்ததே இல்லை கணேஷ்.'

'பெரிய டோஸேஜ் கொடுத்திருக்காங்க யாரோ. வாமிட்டிங் டயரியா எல்லாம் இருக்கும். 12 மணி நேரம் இதனுடைய எஃபெக்ட் இருக்கும். அட்மிட் பண்ணிர்றோம்.'

ஜோ தான் ராத்திரி இருப்பதாகச் சொல்ல, கணேஷும் வஸந்தும் செய்வதறியாது, எதையும் தீர்மானிக்காமல் மருத்துவமனையின் வாசலுக்கு வந்தபோது...

ஆம்புலன்சில் அவசரமாக உள்ளே கொண்டு வரப்பட்டது ஒரு ரத்தம் போர்த்திய உடல்.

'கந்தசாமி கோயிலாண்டை காலி மனைல கெடந்துச்சுங்க.'

7

ஆம்புலன்ஸுடன் வந்திருந்த ஒரு போலீஸ் கான்ஸ்டபிள் தன் தொப்பியைக் கழற்றி தலையைத் துடைத்துக்கொண்டார்.

‘உசுரு பொழைக்குமா பாருங்க. அப்பால ஜென்ரலாஸ்பத்திரி எடுத்துப் போறங்க.’

அந்தச் சுமை உள்ளே கொண்டுசெல்லப்பட்டது. மேல் மூச்சு வாங்கிக்கொண்டிருப்பது ரத்தக்கறை படிந்த போர்வையின் துருத்தி அசைவிலிருந்து தெரிந்தது. வெளியே தெரிந்த கையில் கடிகாரம் கட்டியிருந்தது.

‘ஹி இஸ் டையிங்’ என்றான் கணேஷ்.

வஸந்த் கான்ஸ்டபிளின் அருகில் சென்று ‘என்னாச்சு?’ என்று பட்டும் படாமல் வினவினான்.

‘டூட்டி முடிஞ்சு திரும்பி வாரேன். இந்தாளு காலி மனைல கெடக்கானுங்க. ஒவ்வொருத்தனும் குடிச்சுப் போட்டுட்டுப் பண்ற அட்டகாசம் தாங் கலைங்க. ஆ ஊம்னா கத்தியை தூக்கிர்றானுவ. இதில் பொம்பளை வெவகாரம் வேற. டிரஸ் எல்லாம் பாத்தா வசதியுள்ளவன்னு தெரியுது.’

‘பைல ஏதாவது அடையாளம் இருக்குதா பாத்திங் களா?’

‘பாக்கணும். முதல்ல வைத்தியம் பாக்கட்டும்.’

இதற்குள் ஒரு டாக்டர் வெளியே வந்து 'போலீஸ்காரரே வாங்க.'

'என்னாங்க?'

'இது டி.ஓ.ஏ.ங்க. அப்படியே எடுத்துட்டுப் போயிருங்க. இங்க ஒரு நிமிசம்கூட இருக்கக் கூடாது.'

'மூச்சு இருந்ததே?'

'மேசைல வெக்கறதுக்கு முன்னாலேயே நின்னாச்சு.'

'ரெத்தம் கொடுத்து, முகமூடிவெச்சு, ஒண்ணும் தேரலையா?'

'தேரலைங்க. எடுத்துட்டுப் போய்டுங்க. சூப்ரண்டு டெட் பாடியை உள்ள விட்டன்னு தெரிஞ்சா காச்சிருவாரு. எனக்கு வேலை போய்ரும். இது உயிருள்ளவங்களுக்கு ஆசுபத்திரி. செத்தப் போனவங்களுக்கில்லை.'

'அட கொண்டு வரச்சே உசுரு இருந்துச்சுய்யா' என்றார் கடுப்புடன். கான்ஸ்டபிள் போனுக்குப் போய் ஒரு நம்பரை டயல் செய்து கொடுத்து 'கொஞ்சம் இன்ஸ்பெக்டர் இன்பாம்மா கொடுங்க...'

'மேடம் உயிரு போயிருச்சு. நேரா ஜிஎச் எடுத்துட்டுப் போயிரவா?'

'காலைல பாத்துக்கலாம்ங்க. நீங்க எதுக்கு இந்த வேளையில?'

'சரிங்க' என்று சொல்லிவிட்டுத் திரும்ப வந்தார். 'இன்னிக்கு சிவராத்திரிதான். பொறந்த நாளைக்கு வரேன்னு பொண்டாட்டி கிட்ட சொல்லிட்டு வந்திருக்கேன்.'

'ஹாப்பி பர்த்டே' என்றான் வஸந்த்.

'எனக்கில்லைங்க... அவளுக்கு.'

டாக்டர் கான்ஸ்டபிளின் அருகில் வந்து 'கடைசி மூச்சு காரிடார் லயே போச்சு. பாருங்க போனமுறை ஆக்சிடெண்ட் கேசை உள்ள வாங்கி சிகிச்சை பண்ணப் போயி பெரிய்ய ப்ராப்ளம் ஆயிருச்சு. உங்க போலீஸ் ஸ்டேசன்தான். இன்பானு ஒரு லேடி இன்ஸ் பெக்டர், எங்க மேலே நெக்ளிஜென்ஸ் கேசு போட்டு பெரிய, பெரிய வெவகாரமாயிருச்சு. ஜூவில எல்லாம் போட்டுட்டாங்க.'

‘இப்ப என்ன சொல்றிங்க? பாடிய எடுத்துட்டு போவணும், அவ்வளவுதானே? ஒரு சர்ட்டிபிக்கேட்டு கொடுத்துருங்க ஆஸ்பத்திரி தாளில.’

‘டெட் ஆன் அரைவல். அவ்வளவுதான். ஒரு வாக்கியம் தான் சர்ட்டிபிகேட்டு.’

‘அது போதும். எடுத்துட்டு போறம்.’

‘கைல கொத்தா மயிரு வச்சிருக்கான். ஆட்டாப்சில உபயோகமா இருக்கும்னு சொல்லுங்க.’

கணேஷும் வஸந்த்தும் ஒருவரை ஒருவர் பார்த்துக் கொண் டார்கள்.

வஸந்த் எச்சில் விழுங்கினான்.

ஆம்புலன்ஸ் நீல விளக்குடன் ஊளையிட்டுக் கொண்டு செல்ல கணேஷ் சற்றே கவலையுடன் யோசனையுடன் நின்றான்.

‘பாஸ் போகலாம்.’

‘எனக்கென்னவோ தோணுது.’

‘எனக்கும் அதான் பாஸ் தோணுது!’

‘சேச்சே நடக்கவே நடக்காது. அவ கண்ணைப் பார்த்தா யாரும் சொல்ல மாட்டாங்க.’

‘கண்ல ஒரு சரித்திரத்தையே மறைக்கலாம் பாஸ். வாங்க பாத்துரலாம்.’

வார்டுக்குச் சென்று பார்த்தார்கள்.

‘ஆ பெண்குட்டி எங்ஙனயாணு’ என்று நர்சை விசாரித்தான் வஸந்த்.

‘நிம்மதியாத் தூங்குறாங்க. காலைல சரியாய்டும். எல்லாம் தெளிஞ்சுரும்.’

படுத்திருந்தவள் கண் இரப்பையில் ஒரு ஆள் படுக்கலாம்போல இருந்தது. முகம் சாந்தமாக இருந்தது... நகைகள் எதும் அணிந் திருக்கவில்லை என்பதைக் கவனித்தான் கணேஷ்.

தலைமாட்டில் இருந்த சார்ட்டைப் பார்த்தான்.

Adrenalin Level eight times normal என்பது அடிக்கோடு இடப்பட்டிருந்தது.

'நீங்க போய்த் தூங்குங்க.'

கணேஷ் ப்ரேர்ணாவின் விரல்களைப் பார்த்தான். நகப்பூச்சு உடைந்திருந்தது. ஆம்புலன்சில் வந்து இறந்துபோன அந்த உடலின் ஞாபகம் மனத்தில் குறுக்கிட்டது.

'ஜோ இருக்காரு, பாத்துப்பார். நாம் போய் கொஞ்சம் தூங்கிட்டு தேவைப்பட்டா வரலாம்.'

'தேவைப்படும்னு தோணுது.'

அதிகாலை. உலகக் கோப்பையில் இந்தியா போயும் போயும் சைனாவுடன் குளிரில் கிரிக்கெட் ஆடுவதாகக் கனவு கண்டு சட்டென்று விழித்தான். கைக்கடிகாரம் ஐந்தரை காட்டியது. கணேஷ் எழுந்து பல் விளக்கி, 'வஸந்த் எழுந்திரு' என்று உலுக்கினான்.

'என்ன பாஸ்?'

'வாக் போகலாம்.'

'பாஸ்! வேலைய ராஜிநாமா செய்யப் போறேன்.'

'செய். முதல்ல காரை எடு.'

காரை எடுத்துக்கொண்டு கடற்கரைப் பக்கம் செலுத்தினான்.

'பாஸ், அந்த ஜீப் நம்மைப் பின் தொடருதுன்னு நினைக்கிறேன்.'

கண்ணகி அருகில் நிறுத்தி நடந்தார்கள். வஸந்த் அரைத் தூக்கத்தில் இருந்தான்.

சற்று தூரம் நடந்ததும் அவன் பின்னால் ஒரு குரல் கேட்டது.

'மிஸ்டர் கணேஷ்.'

திரும்பிப் பார்த்ததும் அந்தபோலீஸ் ஜீப் அவர்களைத்தான் சற்று தூரமாகத் தொடர்ந்து வந்திருக்கிறது என்பதை உணர்ந்தான்...

'ஐ எம் இன்ஸ்பெக்டர் இன்பா' என்றாள் அந்தப் பெண்மணி. ஆரோக்கியமான முகம். மிக மெலிய உதடுகள். முதலில் ஆண்பிள்ளை என்று எண்ணும் அளவுக்கு அங்க மழுப்பல். குரல்தான் காட்டிக் கொடுத்தது.

'ஹாய்.'

'உங்களை எங்கெல்லாம் தேடறது?'

'ஏங்க.'

'அதிகாலைல அங்க போனேன். நீங்க பொறப்பட்டுட்டுருந்திங்க. உங்க ஆபிஸ்லருந்து பின்னால வர்றேன். ரொம்ப வேகமா ஓட்டறிங்க மிஸ்டர் வஸந்த்.'

'நீங்க ட்ராஃபிக் போலீசா?'

'இல்லை க்ரைம் ப்ராஞ்ச். உங்களைப் பத்தி கேள்விப்பட்டிருக் கேன். லா காலேஜ்ல படிக்கறப்ப நீங்க எங்க ஹீரோ. லெக்சர் எடுத்திருக்கிங்க. ஒரு நாள் உங்களை ப்ரொபஷனலா சந்திப் பேன்னு நினைக்கவே இல்லை.'

'ப்ரொபஷனலாவா?'

'ஆமாம் முந்தா நா ஒரு ஆளு கந்தசாமி கோயிலாண்டை கொலை செய்யப்பட்டிருக்கான்.'

'அப்படியா?'

'அந்த ஆளு டி.வி. மாடல், ப்ரேர்ணாங்கறவங்களுடைய நண்பராம்.'

'அப்படியா?'

'அந்த ப்ரேர்ணா உங்ககிட்ட அன்னி ராத்திரி வந்து நீங்க ஜேஜி ஆஸ்பிட்டல்ல அவங்களை அட்மிட் பண்ணதாத் தெரிஞ்சுது. இது சம்பந்தமா உங்களைக் கொஞ்சம் கேள்விகள் கேக்க விரும்பறேன்.'

'கேளுங்க. ஸ்டேட்மெண்ட் எடுத்துக்கறதுன்னா அதுக்குத் தகுதியான இடம் மெரினா இல்லை. முதல்ல இது என்ன பேரு? மொத்தப் பேரே இன்பாதானா?'

'இல்லை இன்பானந்தின்னு பேரண்ட்ஸ் வெச்ச பேரு.'

'நல்ல வேளை அதை நந்தின்னு சுருக்காம இன்பான்னு சுருக்கி னிங்களே! டக்கரா இருக்குதுங்க பேரு. இன்பா, இன்பமான பாட்டு! நல்லா பாடுவீங்களா?'

'ஒருமுறை ஸ்டேஷனுக்கு வாங்க பாடிக் காட்டறேன்' என்றாள். முகம் மாறாமல், 'ப்ரேர்ணாவை என்ன மாதிரி சூழ்நிலைல முதல்ல சந்திச்சிங்க?'

'வாங்க கொஞ்சம் அருகம்புல் ஜூஸ் சாப்டலாம்.'

'வேண்டாங்க. நீங்க சாப்ட்டுட்டு வாங்க, காத்திருக்கேன்.'

'பாஸ் வாங்க' என்று அழைத்தான்.

அவள் ஜீப்பின் பானட் மேல் இயல்பாக உலகத்துடன் எந்தக் கோபமும் இல்லாமல் காத்திருக்க வஸந்த் தனிமை கிடைத்ததும்,

'பாஸ் என்னது இவளுக்கு எப்டி பதில் சொல்றது? என்ன பேட்டர்ன்ல?'

'எவ்வளவு குறைச்சலா சொல்லணுமோ, அவ்வளவு.'

'புரியது! பாப்பாத்தியம்மா மாடு வந்தது!'

'அதான்.'

இன்ஸ்பெக்டர் இன்பாவிடம் மறுபடி சென்றபோது, 'ஜூஸ் சாப்டலை போலருக்கு. கீள கொட்டிட்டிங்களே?'

'ஜூஸ்ல பூச்சி.'

'ரெண்டு பேரும் தனியாப் பேசிக்க விரும்பினீங்க. அவ்வளவுதானே.'

'என்ன கேட்டீங்க?'

'ப்ரேர்ணா.'

வஸந்த், 'அவங்க கணவர் தற்கொலைக்கப்புறம் வீட்டில தனியா இருக்க பயந்து எங்க ஆபீசுக்கு வந்தாங்க. ரொம்ப டிஸ்டர்ப்டா இருந்தாங்க. அதனால ஆஸ்பத்திரிக்குக் கூட்டிட்டுப் போய்

காட்டினோம். டராங்விலைசர் கொடுத்தாங்க. படுத்தாங்க. டிஸ்சார்ஜ் ஆயிருப்பாங்க.'

'கந்தசாமி கோவில்ல டான்ஸெல்லாம் ஆடினாங்களாம்?'

'ப்ரேர்ணாவா?'

'ஆமா!'

'நீங்க நம்பறிங்களா அதை.'

'அங்க ஒரு டீக்கடைக்காரன் சொன்னான்.'

'மிஸ் இன்பா, நீங்க எதுக்காக இதையெல்லாம் கேக்கறிங்க?'

'விஷயம் இதாங்க... இறந்தவன் பேரு பாபு. பெரிய இடத்துப் பிள்ளை. அவனுக்கு அடுத்த வாரம் கல்யாணம் ஆக வேண்டியிருந்தது.'

'இப்ப கொஞ்சம் கஷ்டம்.'

'ஆமாம், அவர்தான் இறந்து போய்ட்டாரே.'

'சரியாப் போச்சு! ஜோக் அடிக்கறேங்க!'

'அப்டிங்களா?' அவள் சிரிக்காமல், 'கழுத்தை சங்கிலிபோல எதோ பயன்படுத்தி நெரிச்சு கொலை நடந்திருக்கு. பக்கத்தில குப்பைத் தொட்டில தங்கத்தில ஒரு தாலிச் சங்கிலி கெடக்குது. அதைவிட அவரு கைல தலைமுடி நீளமா...'

'ஓ அதனால் ப்ரேர்ணாவுக்கும் இதுக்கும் சம்பந்தம் இருக்குமோன்னு நீங்க யோசிக்கிறிங்களா?'

'ஆமாங்க. அவங்க உங்க கூடத்தான் ராத்திரி முழுக்க இருந்தாங்கன்னா மேட்டர் தீர்ந்து போச்சு. முழு அலிபை கெடைச்சுருது.'

'ஐ ஸீ யூர் பாயிண்ட்.'

'வெல்?'

'நைஸ் மீட்டிங் யூ இன்பா. அப்புறம் சந்திக்கலாம்.'

'கேட்ட கேள்விக்கு பதில் வரலையே.'

‘கேள்வி எதுவும் கேக்கலியே நீங்க.’

கணேஷ் தொடர்ந்து, ‘மேலும் இது அஃபிஷியலான்னு தெரியணும்.’

‘அஃபிஷியல்னு வெச்சுக்கங்களேன்.’

‘அது என்ன வெச்சுக்கறது? நீங்க ஒரு எஃப் ஐ ஆர் பதிவு பண்ணி கேஸ் எடுத்துக்கிட்டு எங்களை விசாரிக்கறிங்களான்னு தெரியணும்.’

‘இல்லை. எஃப் ஐ ஆர் மட்டும் பதிவு பண்ணிருக்கோம். தேவைப்பட்டா சம்மன்ஸோட வரேன்.’

‘அப்ப வந்து விசாரிக்கலாமே. இப்ப எங்களுக்கு வேற ஜோலி இருக்குது.’

அவள் சற்று நேரம் அவர்களையே பார்த்தாள். அவள் முகத்தில் எந்தவிதச் சலனமும் கண்டுபிடிக்க முடியவில்லை. கோபம், ஏளனம் எதுவும் இல்லை. முழுவதும் மூடப்பட்ட முகம்.

‘சரி, வரேங்க.’

ஜீப்பின் முன் சீட்டில் ஏறுமுன் ஒருமுறை வஸந்தைப் பார்த்தாள். அவள் போனதும் கணேஷ், ‘வஸந்த் உனக்கு ஒரு விஷயம் ஞாபகம் இருக்கா?’

‘பாஸ், நீங்க என்ன கேக்கப் போறிங்கன்னு தெரியுது. ப்ரேர்ணா கழுத்தில் தாலி இருந்துச்சா, அதானே?’

‘அதான். எனக்கு பார்த்த மாதிரி ஞாபகம் இல்லை.’

‘நானும் பார்க்கலை.’

8

நாள் முழுவதும் கணேஷ், வஸந்த் இருவருமே கதிரேசன் கொலை வழக்கில் சோமசேகரின் தொடர்ந்த குறுக்கு விசாரணையில் தீவிரமாக இருந்தார்கள். நரசிம்மன் தலை குனிந்தவாறு கேட்டுக்கொண்டிருந்தான். முகத்தில் கிலி பரவியிருந்தது.

'மிஸ்டர் சோமசேகர், கதிரேசன் இந்த உயிலை எழுதறப்ப நீங்க கூட இருந்திங்களா?'

'எழுதறப்ப இல்லை. வக்கீல் பழுப்பா கவருள்ள போட்டு எனக்கு முன்னாலதான் சீல் வெச்சாரு பார்த்தேன்.'

'வில்லில என்ன எழுதியிருந்ததுன்னு யாரும் படிச்சுக் காட்டலை?'

'மேலாகப் பாத்தேன். வக்கீலு சொன்னாரு. சொத்தெல்லாம் நரசிம்மனுக்குப் போறதா.'

'கேட்ட கேள்விக்கு மட்டும் பதில் சொல்லுங்க. படிச்சுக் காட்டினாங்களா?'

'இல்லை.'

'சீல் வெச்சதைப் பாத்தீங்க?'

'ஆமாங்க.'

'என்ன சீலு?'

'அரக்கு.'

'அரக்குன்னா சிவப்பா இருக்குமே?'

'அதாங்க, வேற கலர்ல அரக்கு உண்டா?' கணேஷ் அவன் சிரிப்பை நிராகரித்து,

'அதை நெருப்பில் காட்டி உருக்கி உரைமேல வெச்ச சீலை வெச்சு அழுத்தி உடனே எடுத்து அது உடனே காஞ்சுபோய், அதானே?' என்றான்.

'ஆமாங்க.'

'அரக்கை எப்படி உருக்கினாரு?'

'மெழுகுவர்த்தி ஏத்தி'

'அந்த அரக்குத் துண்டு எத்தனை நீளம் இருந்தது?'

'ம். சுமார் நாலு இன்ச்சு இருக்கலாம். சரியா ஞாபகம் இல்லைங்க.'

'மிஸ்டர் கணேஷ், எதுக்காக இத்தனை டீட்டெய்ல்ஸ் கேக்கறீங்க' என்றார் நீதிபதி பாண்டே.

'யுவர் ஆனர்! இந்த டாக்குமெண்ட் அரக்கில் சீல் வெக்கல. கவர்ல போட்டு ஒட்டி அதுக்கு குறுக்க ஒரு காகிதத்தை பேஸ்ட் பண்ணி அதில் சைன் பண்ணியிருந்தது. இவர் எத்தனை விவரமா பொய் சொல்றாரு பாருங்க. அரக்கு கலர், அதன் நீளம், எல்லாம்...

நீதிபதி சாட்சியைப் பார்த்து சிரித்து, 'மிஸ்டர் சோமசேகர், விவரமா சொன்னதால பொய் உண்மையாய்ராது. கொஞ்சம் கவனமா, பாத்ததை மட்டும் சொல்லுங்க!'

'அதாவது சொல்லிக்கொடுத்ததை சொல்லாதீங்கங்கறார்.'

ப்ராசிக்யூட்டர் சட்டென்று எழுந்து, 'ஐ அப்ஜெக்ட் யுவர் ஆனர். மிஸ்டர் கணேஷ் இஸ் இன்ஸினியுவேட்டிங். இவருக்கு யாரும் சொல்லித்தரலைங்க.'

'யாரும் சொல்லித்தராமலேயே இயல்பா பொய் வருது'

‘இனஃப் கணேஷ். சொல்லுங்க சோமசேகர், சீல் அரக்கா, பேப்பர் சீலா?’

‘நான் பார்த்தபோது அது அரக்கில்தான் சீல் வெச்சாங்க. அதுக்கப்புறம் பிரிச்சு மறுபடி வேற சீல் வெச்சிருந்தா நான் பொறுப்பு இல்லை.’

வஸந்த் கணேஷின் காதருகில், ‘பாஸ் இந்தாளு ஒரு ப்ரோ’ என்றான்.

‘ஃபேர் இனஃப். ப்ரோஸீட்’ என்றார் பாண்டே.

‘என்னால உடனே தொடர முடியாது. ரெகார்ட்ஸ் பாக்கணும்.’

‘கணேஷ் இந்த விட்னஸை விட்ருங்க. கோர்ட்டுக்கு நீங்க நிரூபிக்க விரும்பியது சரியாவே பதிவாயிருச்சு.’

கோர்ட் புதன் கிழமைக்கு ஒத்திப்போடப்பட்டது.

பகல் உணவு முடிந்து அறைக்குத் திரும்பியபோது இன்ஸ் பெக்டர் இன்பா காத்திருந்தாள்.

‘வாங்க, வாங்க’ என்றான் வஸந்த் பிரகாசமாக.

‘உக்காருங்க. என்ன சாப்டறிங்க? ஹாட் சாக்லேட்? பக்கத் திலேயே ஒரு வெண்டிங் மெஷின் இருக்கு. குட்டிப் பையனும் இருக்கான். நல்லா ஓடுவான்.’

‘சைல்ட் லேபருக்காக உங்களை அரஸ்ட் பண்ண தனியா வரேன். நான் இப்ப ஹாட் சாக்லேட் சாப்பிட வரலை.’

‘தெரியும். பாபு மர்டர் கேஸை விசாரிக்க வந்திருக்கிங்க. பேப்பர்ல பாத்தேன், உங்க போட்டோ எல்லாம் போட்டிருந்தாங்களே.’

‘கணேஷ், நீங்க என்கிட்ட உண்மையை மறைச்சிருக்கிங்க’

வஸந்த் அதிர்ச்சி காட்டி, ‘அந்த வழக்கம் எங்க டி என் ஏ மரபணுக் கள்லயே கிடையாதுங்க.’

‘இரு வஸந்த், நாங்க எதை மறைச்சோம்?’

‘ப்ரேர்ணாவை நீங்க ஜேஜி ஆஸ்பத்திரில அட்மிட் பண்ணிருக் கிங்க.’

‘அதை சொன்னதாத்தான் ஞாபகம்’

‘சொன்னீங்க. அதுக்கு முந்தி கந்தசாமி கோயில் பக்கத்தில ஒரு டீக்கடையில போய் ஒரு மாதிரி கலாட்டா எல்லாம் ஆயிருக்குது. நீங்க ரெண்டு பேரும் வந்து அவளை மீட்டுக்கிட்டு போய் ஆஸ்பத்திரில அட்மிட் பண்ண வெச்சிங்க’

‘ஆமாங்க. அதான் உண்மை.’

‘அதை ஏன் எங்கிட்ட சொல்லலை?’

‘கேக்கலை, சொல்லலை.’

வஸந்த் ‘லெட் மி எக்ஸ்ப்ளெய்ன். மிஸ் இன்பரதி’ என்று தொடங்க,

‘இன்பானந்திங்க என் பேரு.’

‘நைஸ் நேம்! நீங்க என்னென்ன கேள்வி கேட்டீங்களோ அதுக்கெல்லாம் உண்மையை மறைக்காம பதில் சொல்லியிருக் கோம். நீங்க கேக்காத கேள்விக்கு பதில் சொல்லலைன்னு குற்றம் சாட்டறது, வாஜ்பாயி ஒரு வோட்டுல கவுந்ததும் சொன்னாப்பல... நியாயமில்லை! மேலும் நீங்க அஃபீஷியலா எங்க கிட்ட வரலை.’

‘அபிஷியலா வந்திருந்தா உங்க வாக்குமூலம் வேறயா இருந்திருக்குமா?’

‘ஏன் இந்தப் பீடிகை? என்ன வேணும் சொல்லுங்க. நெருக்கமா ஒத்துழைக்கிறோம்.’

‘எனக்கு ப்ரேர்ணாவை மீட் பண்ணணும்’

‘பண்ணுங்க. அதில எதுவும் தடையில்லை.’

‘அவங்களை நீங்கதான் ஒளிச்சு வெச்சிருக்கிங்க.’

‘நாங்களா? ஜோக் ஆஃப் தி டே!’

‘எதையோ மறைக்கறிங்க.’

‘திருப்பித் திருப்பி... எதையோ நீங்கதான் மறைக்கறிங்க. அதான் எனக்குத் தோணுது.’

'ஆல்ரைட்! நான் மறைக்காம சொல்றேன். இறந்துபோன பாபு, ப்ரேர்ணாவுக்கு ரொம்ப நெருக்கமான நண்பர். அவரு சமீபகாலமா அவ பின்னாலேயே ஒரு, அது என்ன, மெகா சீரியலுக்கு சுத்திகிட்டு இருந்திருக்காரு.'

'அதனால?'

'லெட் மி பி ஃப்ராங்க. ப்ரேர்ணா மேல எங்களுக்குச் சந்தேகம் வருது.'

'அதுக்கு ஆதாரம்?'

'பாபுவோட பிரேதப் பரிசோதனை ரிப்போர்ட்.'

'அதில என்ன?'

'அதை நான் உங்களுக்குச் சொல்லத் தேவையில்லை.'

வஸந்த் வாய்விட்டுச் சிரித்தான். 'நீங்க ப்ரேர்ணாவை சந்திச்சே ஆகணும். முயல் குட்டி மாதிரி பயந்த பொண்ணு. 'ஃபூ'ன்னு சின்னதா சத்தம் கேட்டாலும் அடுத்த ரூமுக்கு ஓடிப் போய்டற பொண்ணு.'

'பொம்பளைங்களைப் பத்தி ஒரு பொம்பளை இன்ஸ்பெக்டர் கிட்டேயே கருத்து சொல்றிங்க. எங்களால நிறைய மறைக்க முடியும், மிஸ்டர் வஸந்த். அவங்க எங்க இருக்காங்க சொல்லிடுங்களேன். ஃப்ளாட்ல கேட்டா தெரியாதுங்கறாங்க. டிரைவரைக் கேட்டா தெரியாதுங்கறாரு. ப்ரேர்ணாவைச் சந்திக்க விரும்பறேன், அவ்வளவுதான்.'

'நாங்கதான் ராத்திரி கூடவே இருந்தமே அன்னிக்கு!'

'ராத்திரி பூரா நீங்க அவகூட இல்லை!'

கணேஷ், 'ஒரு நிமிஷம்' என்று ஃபோனை எடுத்தான்.

'ஜோ, வேர் இஸ் ப்ரேர்ணா?'

'...'

'அவங்க அக்கா அட்ரஸ் இருக்கா?'

'...'

'ஃபோன் நம்பர் இருக்கா?'

'...'

'சொல்ல முடியுமா? ... த்ரீ சிக்ஸ்...' எழுதிக்கொண்டான். அதை எடுத்து, 'பெங்களூர்ல இந்த போன் நம்பர்ல அவங்களுடைய புருசனுடைய அக்கா, மாலதின்னு பேரு, அவங்க வீட்ல இருக்காங்க.'

'தேங்ஸ்.'

'இப்பவாவது அந்த போஸ்ட்மார்ட்டம் ரிப்போர்ட் என்னன்னு சொல்ல முடியுமா?'

இன்பா தொப்பியைக் கழற்றி தலையைக் கோதிக்கொண்டாள். சுருக்கமாக சிறுவன்போல வெட்டப்பட்டிருந்த கிராப்புத் தலை.

'தேவைப்பட்டா சொல்றேன்.'

அவள் போனதும் வஸந்த், 'பாஸ், திஸ் லேடி இஸ் இண்டரஸ்டிங். ப்ராகூட காக்கிலதான் போடுவாங்க போல. பேசாம மாடலாப் போயிரலாம். மாரே இல்லை. நல்ல உயரம்.'

'வஸந்த், அவ ஒருமுறை தொப்பியை நீக்கி தலையைக் கோதிக்கிட்டா பாத்தியா... அது ஒரு இன்வாலண்டரி க்ளூ...'

வஸந்த் யோசித்தான்.

'ஆமாம் பாஸ். நீங்க சொல்றதில மேட்டர் இருக்குது'

'நீ என்ன பண்ற?'

'தெரியுது பாஸ். யு வாண்ட் தட் ஆட்டாப்ஸி ரிப்போர்ட். அவ்வளவுதானே.'

'நீ ஒரு மைண்ட் ரீடர்டா!'

'தாஜா பண்ணியே வேலை வாங்குங்க!'

'வஸந்த், இந்தப் பொண்ணுக்கு கல்யாணம் ஆயிருக்கும்ங்கற?'

'இல்லை, உத்தரவாதமா இல்லை.'

'எப்படிச் சொல்ற?'

'உடல்வாகு. அது ஒரு கில்மா மேட்டர். என்ன, கொஞ்சம் டிடெய்லா சொல்லட்டுமா?'

'வேண்டாம் எஸ்டேட் ட்யுட்டி ஆக்(ட)ட்ல கம்பெனிங்களை ட்ரான்ஸ்ஃபர் பண்றதுக்கு ஸ்பெஷல் ப்ரோவிஷன் என்னவெல் லாம் இருக்கு? அதைச் சொல்லு போதும். ராமபத்ரன் கேஸ் நாளைக்கு வருது.'

'அது செக்ஷன் 17-ல் இருக்கு பாஸ். மூணு வருஷம் அக்கவுண் டிங் இயரை எடுத்து பெனிஃபிட் என்னன்னு பார்க்கணும். லிமி டெட் கம்பெனிங்கறது ஒருவிதமான சொத்து மாதிரிதான். அது மாதிரியே ட்ரீட் பண்ணணும்!'

வஸந்த கம்ப்யூட்டர் அறைக்குச் சென்று ராஜலட்சுமியிடம் ஏதோ ஸ்டேட்மெண்ட் கேட்டான்.

'என்ன ராஜி, குழப்பத்தில் இருக்கே? டெலிசீரியல் நிறையப் பாக்கறியா, இல்லை இந்தியாவின் எதிர்காலத்தை யோசிக் கறியா?'

'டிஸ்க் க்ராஷ் ஆயிருச்சு மிஸ்டர் வஸந்த்.'

'நார்ட்டன் போட்டுப் பாத்தியா?'

'புது வைரஸ் மாதிரி தெரியுது.'

'ஒத்து.'

வஸந்த் மானிட்டரின்முன் உட்கார்ந்தான். ஸ்க்ரீன்சேவரில் இருந்தது. அவன் தொட்டதும் ஒரு செய்தி திரையில் அணைந்து அணைந்து ஏறி அலைந்தது.

எல்லோரையும் செல்லப்பா கொல்லப்போகிறான்.

'ராஜி இது வைரஸ் இல்லை... பாஸ் இங்க வாங்க.'

கணேஷ் வந்து பார்த்தான்.

'ஓப்பனிங் ஸ்க்ரீன்லயே உள்ள வந்திருக்கானே!'

'டெக்னிக்கல் சமாசாரம்லாம் போட்டுக் குழப்பாதே. செல் போன்ல, பேஜர்ல, இப்ப கம்ப்யூட்டர்ல. இதெல்லாம் இன்றைய டெக்னாலஜிபடி சாத்தியமான்னு விசாரி.'

வஸந்த் யோசித்து, ‘சாத்தியம்தான் பாஸ். ஆனா... ராஜி, நீ பயப்படறயா?’

‘ஆழ்வார்பேட்டை அனுமாருக்கு வேண்டிக்கிட்டா எல்லாமே சரியாப் போய்டும், வஸந்த் சார். போன தடவை டிஸ்க் க்ராஷ் ஆனபோதும் அனுமாருக்கு வேண்டிக்கிட்டேன். சரியாய்ட்டுது.’

‘இதப் பார்றா, ஆழ்வார்பேட்டை அனுமாருக்கு விண்டோஸ் என்டி தெரியுமா?’

‘அவருக்குச் சகலமும் தெரியும்.’

வஸந்த் ஜெனரல் ஆஸ்பத்திரிக்குச் சென்றான். அவன் உள்ளே நுழையும்போதே அவனுக்கு சலாம் போட்டுவுடுப்பா என்ற ஏற்பாடு செய்துகொடுத்தார்கள். அந்த அளவுக்கு அழுத்தி யிருக்கிறான்.

‘யாருப்பா ஓபில? தனசேகரா?’

‘அவரு ஐசியுவிலங்க.’

‘பெத்தலாஜி லாப்ல?’

‘கருணாகரன்னு டாக்டருங்க. என்ன வேணும்? சொல்லுங்க, இந்த பளனியால ஆவாததா?’

‘எனக்கு ஒரு ரிப்போர்ட் வேணும். முந்தாநா ஒரு பாடிய கொண்டாந்தாங்க, பிரேதப் பரிசோதனை பண்ணிருக்காங்க, பாபுன்னு பேருள்ள ஆசாமி.’

‘தெரியும். இன்ஸ்பெக்டர் இன்பாம்மா பாக்கறாங்க கேசை. டெய்லி பேப்பர்லகூட பெரிசா வந்திருக்கு.’

‘அதேதான் உஸ்தாத்.’

‘எவ்வளவு காப்பி வேணும்?’

‘ஒண்ணு போதும்’

‘நம்ம கொழுந்தியா மவன் நகலகம் வச்சிருக்கான் அதுக்காக...’

‘எனக்கு ஒரு காப்பி போதும். ஏம்பா இங்க தேவின்னு ஒரு கில்மா பார்ட்டி செம டக்கரா ஒரு இன்டர்ன் இருப்பாங்களே...

இருக்காங்களா...'

'ஏன் கேக்கறிங்க? வார்டு பாய்லருந்து சீஃப்வரை கலக்கிட்டு ஆஸ்திரேலியா போயிட்டாங்க, ஏங்க?'

'நான் உடம்பைக் காட்டி வைத்தியம் பாத்துக்கலாம்னு இருந்தேன். எங்க டயம்? என் வாழ்க்கையை வச்சு திரைப்படம் எடுத்தா, பளனி, டைட்டில் என்ன தெரியுமா? தவற விட்ட கில்மாக்கள்.'

வஸந்த் அந்த ரிப்போர்ட்டைப் படித்த உடன் கணேஷுக்கு போன் செய்தான்.

'பாஸ், ப்ரேர்ணாவை அரஸ்ட் பண்ணிடுவாங்க.'

'பண்ணியாச்சு. உடனே வா.'

9

வஸந்த் ஜி.எச்.சிலிருந்து தம்புச் செட்டித் தெரு அலுவலகத்துக்குச் செல்லும் முன் போக்குவரத்தில் மாட்டிக்கொண்டுவிட்டான். ஒரு சோகையான எழுச்சிப் பேரணிக்காக போலீஸ் வாகனங்களை நிறுத்தியிருக்க அங்கிருந்து அண்ணா சாலைவரை வாகன வரிசை, பற்ற வைக்காத அனுமார் வால்போல நின்றுபோயிருந்தது. ஹாரன்களின் சேர்ந்திசையும் ஓட்டுனர்களின் கோபமும் அவர்கள் வாகனங்கள் புகைத்த கார்பன் மோனாக்ஸைடும் சீரழிவுச் சக்திகளையும் எதிர்த்து, அவை இன்று மாலைக்குள் ஒழிய வேண்டும் என்று கோஷமிட்டுக் கொண்டு அது கடக்கக் காத்திருந்த வஸந்தின் கார்க் கண்ணாடியை ஒருவன் தன் மணிக்கட்டால் தட்டினான்.

வஸந்த் 'என்ன?' என்று தலையால் கேட்டான்.

'உன்னுடன் பேசணும்' என்று அவன் சைகைக் குறிப்பாகத் தன் மார்பைத் தொட்டு சுட்டு விரலால் புரிய வைத்தான்.

'அப்றமா ஆபீசுக்கு வா' என்று அபினயித்தான். அவன் கேளாமல் சுதந்தரமாகக் கதவைத் திறந்து, வஸந்தின் அருகில் உட்கார்ந்து கொள்ள,

'சகோதரா இது ப்ரேவைட் காரு. டாக்சி இல்லை.'

'உன்னைத்தான் பார்க்கணும். என் பேரு செல்லப்பா.'

‘எங்கயோ கேட்ட மாதிரி இருக்குது பேரு.’

‘கம்ப்யூட்டர் ஸ்க்ரீன்ல பார்க்கலை? அதுக்கு ஒரு ‘குக்கி’ வெச்சிருக்கேன். என்ன மெஸெஜ் வேணா எந்த கம்ப்யூட்டருக்கு வேணா அனுப்பலாம்.’

‘ஓ அது நீதானா! ஹேக்கர்!’

‘அந்த தேவடியா ப்ரேர்ணாவைக் கொன்னே ஆகணும். எங்கே அவ? சந்தர் தூக்குப் போட்டுக்கிட்டு செத்தான். பாபுவையும் அவதான் கொன்னா.’

‘நீ யாருய்யா?’

‘பேரு செல்லப்பா. கணவனை ஏமாத்தற எல்லா பதிவிரதை களையும் கொல்லப்பா! அதுக்காகத் திட்டம் தீட்டி மாணவர் நகலகத்தில் கொடுத்திருக்கேன். மாலை ஆறு முப்பத்தொன் றுக்கு ரெடியாய்டும். அப்ப உலகத்தில் உள்ள எல்லாருக்கும் காப்பி கிடைக்கும். சாக்லெட் வேணுமா! காஃபி பைட் சப்பிப் பாரு! மாதிரி இருக்கு’ என்று வஸந்தின் சட்டைப் பைக்குள் ஒரு டாஃபியைத் திணித்தான்.

‘உங்களை கீழ்ப்பாக்கத்தில் ட்ராப் பண்ணிட்டு போகவா, அங்கிருந்துதானே வந்திங்க?’

‘இல்லை சைபர் தேசத்திலிருந்து! அங்க எல்லாமே ஃப்ரீ.’ Lucy in the sky with diamonds என்று பாடினான்.

‘இறங்குய்யா முதல்ல. நட் கேசுங்களுக்கெல்லாம் எனக்கு நேரமில்லை!’ இதனிடையில் போக்குவரத்து சுலபமாகிவிட அவன் சட்டென்று கதவைத் திறந்து இறங்கி வாகனங்களின் ஊடே அங்கங்கே தத்தித் தத்தி நிமிஷமாக மறைந்து போனான்.

வஸந்த் அவன் முகத்தை மனதில் பதித்துக்கொள்ள முயன்றான்.

தோற்றத்தில் ஒரு அம்சம் உறுத்தியது. அது என்ன என்று வட்ட மிட்டுச் சொல்ல முடியவில்லை.

நடுவகிடா, சுண்டு விரல் மோதிரமா, கடுக்கனா, கருப்பான நகங் களா, ரத்த நிறப்பொட்டா, கையில் வைத்திருந்த ப்ளாஸ்டிக் பூவா, அதனுடன் சற்றும் பொருத்தமில்லாத அவுட்லுக் பத்திரிகையா?

ரூமுக்குத் திரும்பினதும்,

'கொண்டா அந்த ரிப்போர்ட்டை' என்றான் கணேஷ்.

'ப்ரேர்ணாவை அரஸ்ட் பண்ணிட்டாங்களா பாஸ்?'

'ஆமாம். இன்ஸ்பெக்டர் இன்பா பெங்களூர்ல போய் அரஸ்ட் பண்ணிக் கொண்டுவந்துகிட்டு இருக்கா. மாஜிஸ்ட்ரேட் கோர்ட்ல ப்ரொட்யுஸ் பண்ணி போலீஸ் கஸ்டடி கேப்பாங்க. ஜோ ஃபோன் பண்ணியிருந்தார், கோர்ட்டுக்கு வரும்படி. ஏன் இத்தனை லேட்டு?'

'ஏன் கேக்கறிங்க பாஸ். எழுச்சிப் பேரணி. அப்றம் கீழ்ப்பாக்கம் மனநல மருத்துவமனையில விடுமுறை விட்டிருக்காங்க போல. ரொம்ப பேர் வெயில்ல உலாத்தறாங்க. ஒருத்தன் கார்ல வந்து குந்திக்கினான்!'

கணேஷ் அதைக் கவனிக்காமல்.

'போஸ்ட்மார்ட்டம் ரிப்போர்ட் என்ன சொல்லுது?'

'பாருங்களேன் லாப் ரிப்போர்ட், போஸ்ட்மார்ட்டம் ரிப்போர்ட்டு எல்லாம் ஃபைலையே கொண்டாந்துட்டேன். ஒரே ஒரு சின்ன காந்தி நோட்டு செஞ்ச வேலை.'

கணேஷ் அதைப் புரட்ட,

'கணவன் சந்தர் தூக்கு போட்டுகிட்டுச் செத்தானே... அந்த ரிப் போர்ட்டும் வேணுமான்னு கேட்டான். சொல்லி வச் சிருக்கேன்.'

'குழப்பாதே. இந்த ரிப்போர்ட்ல ப்ரேர்ணாவைக் கொலையோட கனெக்ட் பண்ணும்படியா ஏதாவது இருக்கா? ஏன்னா பாபு வோட மர்டருக்கு அவளை அரஸ்ட் பண்றாங்க.'

'இருக்கலாம் பாஸ். இறந்துபோன பாபு, கைல இருந்த ரோமம்.'

'அப்படின்னா?'

'தலை மயிர் பாஸ். அது மனித ரோமம். அதும் ஒரு பெண் உடையதா இருக்கலாம்னு கருத்து தெரிவிச்சிருக்காங்க. மேலும் ப்ரெஸிப்பிட்டின் டெஸ்ட் ரிப்போர்ட் இருக்கு. பிக்மெண்ட் கெராட்டின் டெஸ்ட் இருக்குது. நீளத்தை வைச்சு ஒரு பெண்ணின் தலைமயிரா இருக்கலாம்னு சொல்லியிருக்கலாம். அல்லது அதுக்கும் ஒரு டெஸ்ட் இருக்குது.'

'பாபுவுடையதும் இல்லாத ரத்த சாம்பிளும் இருந்திருக்கு. அவன் எப்படி இறந்திருக்கான்?'

வஸந்த் ரிப்போர்ட்டைப் பார்த்து படித்தான். 'அஸ்பிக்ஸியல் டெத் பை ஸ்டராங்குலேஷன்.'

'த்ராட்லிங்கா?'

'இல்லை. லிகேச்சர் மார்க் கழுத்துல இருக்குது.'

'எதால?'

'சங்கிலி, கயிறு, லுங்கின்னு சம்பிரதாய தூக்கு சமாசாரம் எதுவும் கிடையாது. தங்கச் சங்கிலியால் கல்யாணச் சாவு!'

'இப்பப் புரியுது, ப்ரேர்ணாவை ஏன் அரஸ்ட் பண்ணி கொண்டு வந்துருக்காங்கன்னு.'

'ப்ரேர்ணாவா? அபத்தமா இருக்குது.'

'வண்ணத்துப் பூச்சி, எண்ணத்தால கூடக் கொல்லாது'ன்னு ஒரு புதுக் கவிதை உண்டு. சந்தர்ப்ப சாட்சியம் எதாவது வலுவா இருக்கணும். இன்பா கெட்டிக்காரப் பொண்ணு மாதிரிதான் தோணிச்சு. காரணமில்லாம அரஸ்ட் பண்ண மாட்டா.'

'ப்ரேர்ணாகூட போன்ல பேசினிங்களா?'

'நாலஞ்சு வார்த்தைக்குமேல பேச முடியலை. அழுகை. வஸந்த், நீ என்ன பண்றே, கோர்ட்டுக்குப் போய் அவளை முதல்ல ரிலீஸ் பண்ண ஏற்பாடு பண்ணு. சந்தேகத்தின் பேர்லதான் அரஸ்ட் ஆகியிருக்கணும். பெயில் வாங்கிடு.'

'பாஸ், நீங்க வரலையா?'

'ராமபத்ரன் கேஸ் இருக்கு. முடிச்சுட்டு வந்துர்றேன். நீ எழும்பூர் போய்ட்டு, அங்கேயே இரு.'

மாஜிஸ்ட்ரேட் கோர்ட்டில் ஒரு அரசியல் தலைவர் சட்டப்படி ஆஜர் ஆக வேண்டியதில், ஒரு கோஷ்டி 'அடுத்த முதல்வர் வாழ்க!' என்று கோஷமிட்டுவிட்டு, பிரியாணி பொட்டலத்தையும் ஐம்பது ரூபாயையும் வாங்கிக் கொண்டிருந்தார்கள்.

வஸந்த் காரை நிறுத்திவிட்டு காலர் பறக்க மாடிப்படிகளில் ஓடினான்.

மாஜிஸ்ட்ரேட் கோர்ட்டுக்கு வந்தபோது சர்க்கார் தரப்பு வக்கீலுடன் இன்பா பேசிக்கொண்டிருக்க, பெஞ்சில் ஜோவும் ப்ரேர்ணாவும் உட்கார்ந்திருக்க அவள் கண்கள் சிவந்திருந்தன. கருநீல ஜார்ஜெட் புடவை அணிந்து உடல் முழுவதும் போர்த்தியிருந்தாள். புகைப்படக்காரர்கள் வழிநடையெல்லாம் அடைத்திருந்தார்கள். வஸந்த்தைப் பார்த்ததும், 'மிஸ்டர் வஸந்த் ஒரு நிமிஷம்' என்று ஒரு நிருபர் அவனை அணுகி, 'நீங்க ப்ரேர்ணாவை கல்யாணம் பண்ணிக்கப்போறதா சொல்றாங்களே உண்மையா?'

'பிஸ் ஆஃப்' என்றான்.

வஸந்த் நேராக இன்ஸ்பெக்டர் இன்பாவிடம் சென்று, 'என்னங்க நீங்க புத்திசாலின்னு நினைச்சோம், அவசரப்பட்டுட்டிங்களே!'

இன்பா, 'அவசரப்படலை மிஸ்டர் வஸந்த். எங்க அஃபிடவிட்டைப் பாருங்க. எங்க வாதங்களைக் கேளுங்க.'

'கேக்கத்தான் போறேன். என்ன இது அக்ரமமா இருக்கு. யாராவது நம்புவாங்களா?'

'சாட்சியங்களைப் பாத்ததும் நம்புவாங்க.'

ப்ராசிக்யூட்டரை பார்த்து, 'ரவி, இது ஒரு ஜுஜுபி கேஸ். இதை ஏன் எடுத்திங்க?'

'கணேஷும் வந்திருக்கிறாரா?' என்றார் ரவி கவலையுடன்.

'அவரு இதுக்கெல்லாம் வரமாட்டாரு. நானே கண்ணை நோண்டிடறேன் வாங்க' என்றான் இன்பாவைப் பார்த்து. மாஜிஸ்ட்ரேட் சீட்டுக்கு வந்ததும் நின்றார்கள். உட்கார்ந்ததும் ப்ரேர்ணாவைப் பார்த்தார். அடையாளம் கண்டுகொண்டு விட்டார்.

'அதான் காரிடார் பூரா மாடிப்படி பூரா கேமராக்காரங்களா? அவங்களை எல்லாம் உள்ள விடாதிங்க. காரிடார்ல நிக்கச் சொல்லுங்க.'

'ரவி, என்ன கேசு இது.'

'பாபுங்கறவருடைய மர்டர். கந்தசாமி கோயில் தெருவுக்குப் பக்கத்தில் நாலாவது சந்தில ஒரு காலியிடத்தில...'

காகிதங்களை அவர் சடசடவென்று பிரித்து, 'இவங்களை அரஸ்ட் பண்ணி கஸ்டடியில வெக்கறதுக்கு என்ன காரணம் காட்டப் போறிங்க? அதை மட்டும் சொல்லுங்க. ப்ரைமாஃபேஸி கேஸ் இருக்கா?'

'இருக்கு யுவர் ஆனர். கொலையை இவங்க செய்திருக்க கூடும்ங் கறதுக்கு வலுவான காரணங்கள் இருக்கறதாலே அவங்களை விசாரிக்க கஸ்டடியில வெக்க வேண்டியிருக்கு.'

மாஜிஸ்ட்ரேட் மூக்குக் கண்ணாடியைத் தாழ்த்தி ஒருமுறை அவளைப் பார்த்தார். அடிபட்ட அன்னக்குஞ்சு போல இருந்தாள்.

'இவங்களா?!'

'ஆமாம்.'

'ஏம்மா, நீங்க என்ன சொல்றிங்க?'

ஒரு முறை விசும்பினாள்.

'என்ன காரணங்கள், சட்டுனு சொல்லுங்க ரவி.'

'ரெண்டு பேரையும் ஸ்பாட்ல நிறையப் பேர் பார்த்திருக்காங்க. போஸ்ட்மார்ட்டம் ரிப்போர்ட்ல இறந்தவர் கைல கொத்தா தலைமுடி இருந்திருக்கு. அது இந்தம்மாவின் தலைமுடின்னு நம்பறதுக்கு ஆதாரம் இருக்கு.'

'எப்படி?' ரிப்போர்ட் காகிதங்களைச் சரசரவென்று புரட்டினார்.

'எட்டாவது பக்கத்தில'

கண்ணாடியைக் கழற்றி ப்ரேர்ணாவைப் பார்த்து, 'ஏம்மா உங்களுக்கு யாராது வக்கீல் வந்திருக்காங்களா?'

வஸந்த் எழுந்திருக்க,

'நீங்களா! வாட்ஸ் யுவர் ப்ளீஸ் வஸந்த்?'

'இன்னும் குற்றச்சாட்டையே கண்ல காமிக்கலை. பரம ரகசியமா வெச்சிருக்காங்க. சந்தர்ப்ப சாட்சியங்களை வெச்சுகிட்டு குற்றம் சாட்டியிருக்கிறதா தெரியுது. என்னுடைய க்ளையண்ட் ரொம்பப் பிரபலமான டெலிவிஷன் பர்சனாலிட்டி. தமிழ்நாட்ல எங்க போனாலும் இவங்களை அடையாளம் கண்டு கொள்வாங்க. தமிழ்நாட்டை விட்டு வெளியே போயிர முடியாது. தினம் நடிக்க

வேண்டிய கதைகள் நிறைய இருக்கு. அதனால இவங்களை கஸ்டடில வெச்சு விசாரிக்கிறது அவசியமே இல்லை. போலீஸ் விசாரணைக்கு எல்லா ஒத்துழைப்பும் தரத் தயாரா இருக்காங்க. க்ளையண்ட் பங்களூர்ல இருந்தாங்க. எந்தவிதமான பிரச்னையும் பண்ணாம உடனே கூடவந்திருக்காங்க. எங்கேயும் ஓடிப்போய்ட மாட்டாங்க. எல்ஐசி பில்டிங் மாதிரி அவங்க. ஓடிப்போக முடியாது, சென்னைலயே இருந்தாகணும்.'

மாஜிஸ்ட்ரேட் புன்னகைத்து, 'எதாவது உங்களுக்கு ஆட்சேபம் இருக்கா ரவி' என்று கேட்டார்.

'ப்ராசிக்யூட்டரும் இன்பாவும் கலந்து தாழ்வாகப் பேசிக் கொண் டார்கள். வஸந்த் ப்ரேர்ணாவின் அருகில் சென்று 'இந்த ஸாரி உங்களுக்கு சூப்பரா இருக்கு' என்றான். அவள் பயத்துடன் அவனைப் பார்த்தாள், இதெல்லாம் கோர்ட்டில் பேசலாமா என்கிற வியப்புடன்.

ரவி எழுந்து, 'யுவர் ஆனர். குற்றம் பெரிய குற்றம். மிகவும் வன்முறையுடன் தங்கச் சங்கிலியை வைத்துக் கழுத்து நெரித்த குற்றம். இவங்க வெளிய இருக்கிறதால மேலும் இந்த மாதிரி குற்றங்கள் செய்யச் சந்தர்ப்பம் இருக்கறதால...'

மாஜிஸ்ட்ரேட் மறுபடி ரிப்போர்ட்டை பார்த்து, 'இவங்கதான் கொலை செஞ்சாங்கங்கறதுக்கு வலுவான ஆதாரம் எங்க இருக்குதுன்னு சொல்லிடுங்க. அந்த ஒரு பாயிண்ட்டை மட்டும் பார்த்துரலாம்.'

இன்பா எழுந்து 'யுவர் ஆனர். தலைமயிர் ஒரு பெண்ணுடை யதுங்கறதும், கொலை செய்யப் பயன்பட்டது ஒரு தங்க ஆபரணங்கறதும், அந்தச் சங்கிலி இவங்களுடையதா இருக்க லாம் என்பதற்கும்...'

'எல்லாமே ஊகங்கள்தான்.'

'இப்போதைக்குத்தான்.'

'ஒரு தலைமுடிக்கு உண்டான வலுகூட இல்லிங்களே.'

'தலைமுடி இவங்களதுதான்னு சொல்றதுக்கு எதாவது டெஸ்ட் இருக்குதா வஸந்த்' என்று கேட்டார்.

10

வஸந்த், 'இருக்குது யுவர் ஆனர். நியுட்ரான் ஆக்டி வேஷன் டெஸ்ட்ன்னு. அதப் பண்ணீங்களா மேடம்' என்றான் அறியாப் பாலகன் போல, இன்பாவைப் பார்த்து.

'இல்லை. அந்த வசதி லாப்ல இருக்குதா தெரி யலை.'

'யு ஹேவ் நோ கேஸ் ஃபர் போலீஸ் ஆர் ஜுடிஷியல் கஸ்டடி. ரிலீஸ் ஹர் ஆன் பெய்ல். சாட்சியுடைய ஸ்டேட்டஸைப் பொருத்து அம்பதாயிரம் ரூபாய் பெயில்ல விட்டுருங்க. உங்களுக்கு பாஸ்போர்ட் இருக்குதாம்மா?'

அவள் 'இல்லை' என்று தலையாட்டினாள்.

சிங்கப்பூர் போறதா எல்லாம் டி.வி. சீரியல்ல காட்டினாங்க?'

வஸந்த், 'அது க்ரோமா கீன்னு ஒரு சாகசம், யுவர் ஆனர்!'

'பாரும்மா, போலீஸ் இன்வெஸ்டிகேஷனுக்கு ஒத்துழைக்கணும். அவங்க எப்பக் கூப்பிட்டாலும் போவணும். ஷூட்டிங் இருக்குதுன்னு சாக்கு சொல்லக்கூடாது. உங்க, அது என்ன 'வாழ்க்கைப் படகு' சீரியல் என் மனைவி தினமும் விரும்பிப் பார்க்கறாங்க.'

வஸந்த் இன்பாவிடம் போய் 'யு டிஸ்ஸப்பாயிண்ட் மி' என்றான்.

'இந்த ரவுண்டு ஜெயிச்சுட்டீங்க. சீக்கிரமே வரேன். அந்த டெஸ்ட் எங்க இருக்கு, உங்களுக்குத் தெரியுமா?'

'நியுட்ரான் ஆக்டிவேஷனா? எனக்குத் தெரிஞ்சவரை ஸ்காட் லண்ட் யார்டில இருக்குது.'

அவள் வஸந்த்தை அடிபட்ட பார்வை பார்த்தாள். அதில் ஒரு எச்சரிக்கையும் கலந்திருந்தது.

ப்ரேர்ணா தன்னைச் சுற்றி நிகழ்ந்தது எதுவும் சரியாகப் புரியாத நிலையில் இருந்தாள். கணவனின் தற்கொலைக்குக் காரணம் என்னவென்று புரியாமல், கந்தசாமி கோவில் அருகில் இரவில் அலைந்து கண்டுபிடிக்கப்பட்டு, ஆஸ்பத்திரியில சிகிச்சை அளிக்கப்பட்டு, பெங்களூருக்கு நிம்மதி தேடி அழைத்துச் செல்லப்பட்டு, ஒரு நாளில் போலீசால் கைது செய்யப்பட்டு, மீண்டும் சென்னைக்குக் கொலைக்குற்றம் சாட்டிக் கொண்டு வரப்பட்டு, கடந்த தினங்கள் முழுவதும் செயப்படு பொரு ளாகவே மற்றவர் தயவில் இயங்கியிருக்கிறாள்.

'வாழ்க்கைப் படகுல ஒரு வசனம் வருது வஸந்த். 'அறுந்த பட்ட மாகப் பறந்துகொண்டிருக்கிறது என் வாழ்வு'ன்னு. அதான் நிசமாவே நடக்குது' என்றாள்.

அவளைக் காரில் நுழைத்து அழைத்துச் செல்லும் முன் பத்திரிகைக்காரர்கள் சூழ்ந்துகொண்டார்கள். நிருபர்கள் கொஞ்ச நேரம் அவர்கள் காரைத் துரத்த, வஸந்த் கல்யாணக் கேள்வி கேட்ட நிருபரை அழைத்து, ப்ரேர்ணாவைத் தோளோடு அணைத்துக்கொண்டு முன் சீட்டில் அவளை உட்கார வைத்து வெறுப்பேற்றினான். நிருபர் பொறாமையில் பச்சை நிறத்துக்கு மாறினார். ப்ரேர்ணாவுக்கு குளிர்பானம் வாங்கிக்கொடுத்தான். அதை அவள் ஆர்வத்துடன் உறிஞ்சிக்கொண்டிருக்கும்போது, 'செல்லப்பான்னு ஒருத்தரைத் தெரியுமா உங்களுக்கு? ஒரு காதுல கடுக்கன் போட்ட மாதிரி ஆசாமி.'

'செல்லப்பாவா? அப்படி யாரையும் தெரியாதே! ஏன்?'

'கேட்டேன். சரி பாபுங்கறது யாரு?'

‘மகாசக்தி சீரியல் பண்ணணும்னு என்னை ஆறு மாசமா ஃபாலோ பண்ணி கேட்டுக்கிட்டிருந்தார். எல்லார்கிட்டயும் நான் அம்மிணியோட நெருக்கமானவன்னு டூப் விட்டார். நிறைய அட்வான்ஸ் வாங்கியிருக்கார். சந்தருக்கும் அவருக்கும் ஆகவே ஆகாது!’

‘அம்மிணி யாரு?’

‘வீட்ல என் செல்லப் பேரு?’

‘அம்மிணி, பாபு இறந்துட்டாரு தெரியும்ல?’

‘பேப்பர்ல பார்த்தேன். ஆனா என்னைப் போயி!’ என்று கன்னத்தை துடைத்துக்கொண்டு அழுதாள்.

‘உங்க சம்பளம், காண்ட்ராக்ட், ராயல்டி இதெல்லாம் யாரு பாத்துக்கிட்டிருக்காங்க?’

‘எல்லாம் சந்தர்தான்! இனிமே நீங்கதான். உங்களை எனக்கு ரொம்பப் பிடிச்சு போச்சு.’

‘நோ ப்ராப்ளம். பயப்படாதிங்க. கண்ணை செயற்கை இமை காக்கறாப்பல காக்கறேன்.’

‘வஸந்த், நிசமா சந்தர் இறந்துட்டாரா இல்லை...’

‘ஆமாம். அதுல சந்தேகமில்லை. உங்களுக்கு இப்ப யாரைப் பார்த்தாலும் சந்தர்போல இருக்கு.’

‘சந்தர்தான் கையெழுத்து போடச் சொல்வார். போடுவேன்.’

‘அப்ப அவருக்குப் பைத்தியமில்லை?’

‘மத்த விஷயங்கள்ல பைத்தியம் இல்லை. என் விஷயத்தில் மட்டும் பைத்தியம். சந்தேகப் பேய்!’

‘சந்தேக லிஸ்டில் பாபு உண்டா?’

‘உலகத்தில் உள்ள எல்லோரும் உண்டு. மேக் அப் மேன், கேபிள் டி.வி.காரர், டிரைவர் எங்கூட யாரும் பேசக்கூடாது.’

‘கல்யாணம் ஆனதிலேருந்து அப்படியா?’

‘யோசிச்சுப் பார்த்தா ஒரு நாலு அஞ்சு மாசமாத்தான்.’

‘அந்தத் தற்கொலை முயற்சிகள்?’

‘அதுவும் அப்பலேர்ந்துதான். முதல்ல எல்லாம் நல்லாத்தான் இருந்தார். யாரோ அவர் மூளைல விஷ விதை விதைச்சுட்டாங்க. இது கூட வாழ்க்கைப் படகுல வருது.’

‘நிஜ வாழ்க்கைலேயும் நிறைய அபத்தங்கள் இருக்கும் ப்ரேர்ணா.’

‘அம்மிணின்னு கூப்பிடுங்க.’

‘வேண்டாம். தி. ஜானகிராமனுடைய ஒரு இம்மார்ட்டல் இம்மாரல் கேரக்டருடைய பேரு அது.’

‘மரப்பசு, தெரியும்!’

வஸந்த் அவளை ஆச்சரியத்துடன் பார்த்தான்.

‘உங்களுக்குத் தமிழ் படிக்க வருமா?’

‘கவிதைகூட எழுதுவேன்.’

‘ப்ரேர்ணா, உண்மையா பதில் சொல்லுங்க. நீங்க ஏன் அன்னிக்கு ராத்திரி எங்க ஆபீஸ் பின் கதவைத் திறந்துகொண்டு சுவர் ஏறிக் குதிச்சு டீக்கடைக்குப் போனிங்க?’

‘டீக்கடைக்கா?’

‘ஆமாம்.’

‘எனக்கு எதுவுமே ஞாபகமில்லை வஸந்த். ஆஸ்பத்திரி ஞாபகம் இருக்கு.’

‘ஞாபகமில்லையா! ஞாபகம் பண்ண விரும்பலையா!’

‘என்ன வஸந்த் நீங்க. உங்ககிட்ட மறைப்பேனா? என்னைக் காப்பாத்தினீங்க. இல்லைன்னா தூக்கில போட்டிருப்பாங்க இல்லை, பாவுவைக் கொன்னேன்னு? அந்த இன்ஸ்பெக்டர் லேடி சகஜமாகத்தான் கேட்டாங்க. நான் என்னவோ சந்தரைப் பத்தி விசாரிக்க வந்திருக்காங்கன்னு பதில் சொன்னேன். ஆனா இப்படிப் பண்ணுவான்னு நினைக்கலை. கடன்காரன் பாபுவை நான் கொல்றதாவது! என்ன ஒரு அபத்தம்? நான் போய்க் கொல்வேனா?’ என்று அவன் முதுகில் குத்தினாள்.

‘அவங்கமேல கோபத்தை, எங்கிட்ட காட்றிங்க.’

கணேஷ் இன்னும் கோர்ட்டில்தான் இருந்தான்.

எஸ்டேட் சம்பந்தமான சிக்கலான மிகப்பெரிய வழக்கு ராமபத்ர னுக்கும் ராமதுரைக்கும். ராமதுரை சாதாரணமாக டில்லியில் சுப்ரீம் கோர்ட்டில் அரசோச்சும் வக்கீல் பரிவாரங்களுடன் வந்திருந்தார்.

‘மைலார்ட்! பென்ஷன் என்பது **1965**-லிருந்து ஃபினான்ஸ் ஆக்ட் செக்ஷன் **29**-ஏ பார்ட் த்ரீ படி ஒருத்தர் இறந்துபோய் அவருடைய மனைவிக்கு பென்ஷன் அரியர்ஸ் பெனிஃபிட் வரது பாருங்க. அதுக்கு மைலார்ட் எஸ்டேட் ட்யூட்டி கிடையாது’ என்று ராம ராஜன் வாதாடிக்கொண்டிருக்கும்போது வஸந்த் கணேஷை சைகையால் அழைத்தான்.

அவன் என்ன ஆச்சு என்பதுபோல் கேட்க,

பக்கத்தில் நின்றுகொண்டிருந்த ப்ரேர்ணாவைக் கட்டி அணைத்துக்கொண்டான். கோர்ட்டில் பலர் அவளை அடை யாளம் கண்டுகொண்டதால் சலசலப்பு ஏற்பட்டது.

கணேஷ் நீதிபதிக்கு ஒருமுறை சிரம் தாழ்த்திவிட்டு வெளியே வந்தான்.

‘என்ன ஆச்சு?’

‘பெயில்ல ரிலீஸ் வாங்கிட்டேன்.’

‘ஏம்மா, அந்த பாபுவை நீ கொன்னியா?’ என்றான் இயல்பாக.

‘இல்லை சார்’ என்றாள் ஒரு குழந்தையிடம் பலூனை பற்றிக் கேட்டதுபோல.

‘அன்னிக்கு ராத்திரி ஏன் கந்தசாமி கோயில் பக்கம் போய் அமர்க்களம் பண்ணே.’

‘அது சுத்தமா ஞாபகம் இல்லையாம்.’

‘இப்ப என்ன பண்றதா உத்தேசம்?’

‘அம்மா சென்னையை விட்டுப் போக முடியாது இன்வெஸ்டி கேஷன் முடியற வரையில்.’

‘நீ ஆபீஸ் கூட்டிட்டுப் போ. நான் இந்த ராமர்கள் கேஸ் ஆர்க்யூமெண்டை முடிச்சுட்டு வரேன். ஏன்டா செக்ஷன் 29- ஏ-ன்னு ஒண்ணு இருக்கா? சொல்லவே இல்லையே?’

‘இருக்கு பாஸ், *1965*-ல ஃபினான்ஸ் ஆக்ட்னு ஒண்ணு போட்டாங்க. பென்ஷன் அரியர்ஸ்க்கு ட்யூட்டி கிடையாதுன்னு சொல்லியிருக்காங்க. நான்தான் குறிச்சுக்கொடுத்திருந்தேனே. கேஸ் என்ன ஆச்சு?’

‘ராமபத்ரனுக்குச் சாதகம். ராமதுரைக்குப் பாதகம். யார் ஜெயிச்சாலும் ராமராஜனுக்கு ஒரு மணிக்குப் பத்தாயிரம்!’

வஸந்த் அறைக்கு திரும்பியபோது ராஜி காத்திருந்தாள். ‘உங்களுக்கு நிறைய ஈ மெய்ல் வந்திருக்கு. வஸந்த், உங்க சட்டையை கம்ப்யூட்டர் மேல கழற்றிப் போட்டிருந்திங்க. அதனால பாக்கலை. பைல க்ரெடிட் கார்டெல்லாம் இருந்தது.’

‘எடுத்து வச்சுட்ட இல்லை. இந்த மாதிரி லிப்ஸ்டிக் தடவிகிட்டு ஆபீஸ் வந்தா ஒரு நாள் பச்சக்னு முத்தம் கொடுத்துருவேன் ராஜி!’

‘போங்க வஸந்த், எனக்கு பள்ளிக்கூடம் போற குழந்தை இருக்கு.’

‘பள்ளிக்கூடம் போனதும் கொடுக்கறேன். உட்காரு. ப்ரேர்ணா, திஸ் இஸ் ராஜி. இந்த ஆபீஸ்ல இவதான் எல்லாம். ஒரு நிமிஷம் மெய்ல் பாத்துட்டு வரேன். ராஜி இந்தம்மாவைப் பாத்துக்க. ஜெய்ஹிந்த் டீஸ்டாலுக்கு ஓடிப்போயிருவா. ராஜி புதுசா ஒரு ஜிப் ட்ரைவ் ஆர்டர் பண்ணியிருந்தேனே வந்ததா?’

‘இன்வாய்ஸ் வந்திருக்கு.’

‘வாங்க உக்காருங்க. ப்ரேர்ணா தெரியுமில்லை.’

‘எப்படித் தெரியாம இருக்கும். ப்ரைம் டைம் முகமாச்சே!’

ப்ரேர்ணா உட்கார்ந்தாள். ‘படுத்துக்கறேன். இந்த ஃபேனை அணைச்சுருங்களேன், குளிர்றது.’

வஸந்த் தன் கம்ப்யூட்டர் டெர்மினலுக்குப் போனான். ஈ மெய்ல் பார்த்தான். You have unread mail என்று பதினைந்து இருந்தன. அதில் கர்சரை ஓட்டியபோது-

செல்லப்பாவிடமிருந்து ஒரு கடிதம் இருந்தது. அதனுடன் ஒரு கோப்பு இணைத்திருந்தது.

‘வஸந்த், நீ அந்தப் பொண்ணுக்குப் புகல் கொடுக்கிறாய். இது ஆபத்து. அவளைக் கொல்லும்போது உன்னையும் சேர்த்துக் கொல்லவேண்டியிருக்கும். நான் எச்சரித்துவிட்டேன். நேரடியாக எச்சரித்தேன்.

இப்படிக்கு,

அவளைக் கொல்லப்போகிற செல்லப்பா!’

11

வஸந்த் அந்த ஈ மெயிலுடன் ஒரு பொம்மை இணைக்கப் பட்டிருந்ததைப் பார்த்தான். அதற்கான சின்னம் இருந்தது. அதை க்ளிக்கி அதன் கோப்பை இறக்கிப் பார்த்தான். கணிப்பொறி திரை முழுவதும் ரத்த நிறச் சிவப்பு பரவியது. ஒரு முகம் வரையப் பட்டு அதன் ஒரு பல் போய் சொட்டச்சொட்ட இளித்தது. உடன் ஃா ஃா ஃா என்ற அமானுஷ்ய மான சப்தம் கேட்டது. 'மை காட்! திஸ் மேன் இஸ் நட்ஸ்' என்று அங்கலாய்த்தான். உள்ளே ஏதோ உருண்டு விழும் சப்தம் கேட்டது. வஸந்த் திடுக் கிட்டு உள்ளே சென்று பார்த்தான். ப்ரேர்ணா உறங்கிக்கொண்டிருந்தாள்.

திரும்ப வந்து சோபாவில் சாய்ந்து டி.வி.யில் செய்திகள் பார்த்தான்.

ப்ரேர்ணாவை கோர்ட்டிலிருந்து ஜாமீனில் விடு தலை செய்வதைக் காட்டிக்கொண்டிருந்தார்கள்.

'பிரபல தொலைக்காட்சி நடிகையும் மாடல் அழகியுமான ப்ரேர்ணா சந்தர் உடன் பணிபுரிந்த பாபு என்பவரை கொலை செய்ததாக குற்றம் சாட்டப்பட்டு மாஜிஸ்ட்ரேட் கோர்ட்டில் கொண்டு வரப்பட்டு ஜாமீனில் விடுதலை பெற்றார்.

அவர் சார்பில் தோன்றிய பிரபல வக்கீல் வஸந்த்...'

வஸந்த் தன்னையே அன்னியனைப் போல டி.வி. திரையில் பார்த்துக்கொண்டான். 'வெய்ட்

போட்டுட்டடா, பியரை நிறுத்து முதல்ல' என்று குளிர் பெட்டியிலிருந்து ஒரு பியர் எடுத்து அதன் மேல் மூடியை விரலால் பெயர்த்துப் பருகினான்.

பின்னால் அவன் காதில் ஊதுவது போல் உணர்ந்தான்.

'குண்டாயிட்டிங்க வஸந்த்.'

'ராஜி!'

ராஜிக்கு சுமார் முப்பது வயதிருக்கும். ஆசாரமான பிராமண குடும்பத்துப் பெண். கணவன் எக்சைஸ் இலாக்காவில் பணிபுரிகிறான். அவள் குழந்தை ரோகிணிக்கு பத்மா சேஷாத்ரியில் எல்.கே.ஜி அட்மிஷன் வாங்கிக் கொடுத்திருக்கிறான். ராஜியை ஒரு திறமையுள்ள செக்ரட்ரி என்பதைத்தவிர வேறு எந்த ரூபத்திலும் எண்ணிப் பார்க்க முடியாது. அவள் இப்போது தன் மேலாடையை நீக்கிவிட்டு உள்ளாடைகளில் நின்றாள். கருப்பாக ப்ரா விளிம்பு தெரிந்தது. மார்புச் சட்டை பட்டன்களுடன் சில்மிஷம் பண்ணிக் கொண்டிருந்தாள். கண்கள் கலங்கி முகமெங்கும் வியர்த்திருந்தது.

'என்ன இது ராஜி, என்ன ஆச்சு உனக்கு?'

'முத்தம் கொடுக்கலாம்னிங்களே, கொடுக்கலாமா வசு?'

'வசுவா யாரது?'

'ரொம்ப நாளா உன்னைக் கட்டிப்பிடிச்சு பச்சக்குனு முத்தம் கொடுக்க ஆசை வசு. சமூகத்தின் தடைகளை எல்லாம் உடைத்துப்போட்டு வாழ்க்கை ஓரத்துக்கே ஓடிப்போய்டலாமா வச்சு.'

'நாசமாப் போச்சு! டி.வி. தொடர் டயலாக் பேசறியே. ரமேஷுக்குத் தெரிஞ்சா எவ்வளவு சங்கடப்படுவார்?'

'ரமேஷா, யாரது?'

'ராஜி என்னத்தைத் தின்ன?' என்று அவளை உள்ளே இருக்கும் அத்தனை சமாசாரங்களையும் உதிர்ப்பதுபோல உலுக்கினான். கன்னத்தில் அறைந்தான். சோபா இருக்கையில் தள்ளினான். போன் செய்தான்.

'ரமேஷ், வஸந்த் பேசறேன். கொஞ்சம் வரீங்களா... ராஜிக்கு உடம்பு சரியில்லை.'

'ஏன், என்ன ஆச்சு? அமீபியாசிஸ் இருந்தது. மறுபடியும் வந்துருச்சா?'

'இது அமீபியாசிஸ் இல்லை. ஒரு மாதிரி நடந்துக்கறாங்க. முன்னாடி இந்த மாதிரி அவங்களுக்கு மயக்கம் கியக்கம் வருமா?'

'இல்லையே... நான் உடனே வரேன்.'

வஸந்த் ஃபோனை வைத்துவிட்டு அவளை மறுபடி பார்த்தான்.

கைக்குள் ஏதோ வைத்திருந்தாள்.

கஷ்டப்பட்டு விரல்களைப் பிரித்துப் பார்த்தான். காகிதத் துண்டு. அதைத் தூரப் போட்டான்.

ரமேஷ் வருவதற்குள் அவள் ஆடைகளைச் சரிப்படுத்தி தலையைக் கோதிவிட்டு கவர்ச்சிகரமாகச் சாய்ந்திருந்ததை நேர்ப்படுத்தினான்.

கார் கதவைச் சாத்தும் சப்தம் கேட்டு வாயிற்கதவைத் திறந்தான்.

'வாங்க ரமேஷ்.'

'நான் ரமேஷ் இல்லை. கணேஷ்.'

'பாஸ்! வாங்க.'

கணேஷ் சோபாவில் அரைகுறையாகப் படுத்திருந்த ராஜியைப் பார்த்து வஸந்த்தை பார்த்தான்.

'அப்படிப் பாக்காதீங்க பாஸ்.'

'என்னடா நீ!'

'பாஸ் இத்தனை வருஷமா உங்ககூட குப்பை கொட்டியிருக்கேன். என்னை இன்னும் சரியாப் புரிஞ்சுக்கலையே நீங்க. எப்பவாவது ஆபீஸ் சோபாலயே வஸந்த் வம்பு பண்ணதாச் சரித்திரம் உண்டா?'

'பின்ன இவ ஏன் இப்படி க்ளியோபாட்ரா மாதிரி படுத்திருக்கா?'

‘பாஸ் அண்மைக்காலமா நம்மைச் சுற்றி நடக்கிற விஷயங்களைப் பதம் பிரிச்சுப் புரிஞ்சுக்கறது உலகக் கோப்பை டக்வொர்த்-லூயிஸ் கால்குலேஷனைவிடச் சிக்கலா இருக்குது.’

‘என்னன்னு சொல்லு...’

‘சந்தரோட தற்கொலை, ப்ரேர்ணாவுடைய வினோதமான டீக்கடை நடவடிக்கை, பாவுவின் கொலை, சாலையில் செல்லப்பான்னு ஒருத்தன் என்னை வந்து சந்திச்சு எல்லாரையும் கொல்லணும்னு சொல்லிட்டு சாக்லேட் கொடுக்கறது, அப்புறம் பேஜர்ல, செல்போன்ல, ஈ-மெய்ல்ல பயமுறுத்தல், பரம சாது ராஜி மாமி! இப்படி படையப்பா நீலாம்பரி மாதிரி ஆறது!’

‘அதென்ன சாக்லேட்?’

வஸந்த் தான் கழற்றி வைத்த சட்டைப் பைக்குள் பார்த்தான்.

‘அந்த செல்லப்பாங்கறவன் கார் நிக்கறபோது சாக்லேட் சப்புன்னு சொல்லிட்டு கொடுத்திட்டுப் போனான். எங்க அந்த சாக்லேட்?’

‘என்னடா உளர்றே.’

இதற்குள் ராஜி சுதாரித்துக்கொண்டு எழுந்தாள். கன்னத்தில் வஸந்தின் விரல்கள் பதிந்திருந்தன.

‘என்னை செட்யுஸ் பண்ண வந்தா...’

‘ராஜி?’

‘ஆமாம் சாட்சாத்!’

கணேஷ் சிரித்தான்.

‘எதாவது போட்டிருக்கியா? ராஜி யாரு. எப்பேர்ப்பட்ட பொண்ணு.’

‘அதான் பாஸ் மிஸ்டரி. அப்பேர்ப்பட்ட அடக்கமான பொண்ணை அந்த மாதிரி நடந்துகொள்ளச் செஞ்சது யாரு, என்ன?’

‘உனக்கு வரவர புத்தி பேதலிச்சுப் போச்சுன்னு நினைக்கிறேன்.’

'பரவாயில்லை. அப்படியே வெச்சுக்கங்க. இந்தச் சம்பவங்களை எல்லாம் ஒட்டவைக்கிறது ஏதாவது உண்டான்னு சொல்லுங்க. அதான் எனக்கு வேணும்.'

'என்னால் உடனே சொல்ல முடியலை.'

ரமேஷ் வந்தார். ராஜியை அணைத்து அழைத்துச் செல்லும் போது அவள் எதுவும் நடக்காதது போல...

'நீங்க எப்ப வந்தீங்க?' என்றாள்.

'உடம்பு சரியில்லைன்னு வஸந்த் போன் பண்ணியிருந்தார்.'

'மயக்கமா வந்தது. அப்புறம் என்ன ஆச்சுன்னு தெரியலை. உடம்பெல்லாம் அடிச்சுப் போட்டாப்பல வலி.'

வஸந்த், 'ராஜி, ரெண்டு நா லீவு எடுத்துக்கங்க. உடம்பை பாத்துக்கங்க.'

கணேஷ் சிந்தனை வசப்பட்டிருந்தவன் புறப்பட இருந்தவர்களை 'ஒன் மினிட் ரமேஷ்.'

'உங்களுக்கு ஆட்சேபணை இல்லைன்னா ராஜியை அவுட் பேஷண்டா அட்மிட் பண்ணி ஒரு டெஸ்ட் எடுத்துர அனுமதிப் பிங்களா?'

'என்ன ஆச்சு அவளுக்கு?'

'வஸந்த் சொல்லுரா. உள்ளதை உள்ளபடிச் சொல்லுரா.'

'நல்லாத்தான் இருந்தாங்க. திடீர்னு ஒரு மாதிரி இயற்கைக்கு விரோதமா நடந்துக்க ஆரம்பிச்சாங்க.'

'இயற்கைக்கு விரோதமான்னா.'

'அய்யோ நோண்டாதிங்க. சொன்னா உங்களுக்கு பிபி எகிறிக்கும்.'

ராஜி, 'அப்படியா' என்றாள். வேறு எதையே பற்றி தகவல் அறிவதுபோல.

'சரி' என்றார்.

'ப்ரேர்ணா எங்கே?'

'அடுத்த ரூம்ல தூங்கறாங்க.'

'அவங்களுக்குப் பாதுகாப்பா நான் இருக்கேன். வஸந்த் இவங்களைக் கூட்டிக்கிட்டுப்போய் ப்ரேர்ணாவை டெஸ்ட் பண்ணாங்களே அதே ஆஸ்பத்திரில இவளையும் டெஸ்ட் பண்ணி ரிப்போர்ட் வாங்கிட்டு வந்துடு.

அந்தாளு செல்லப்பா, எதோ சாக்லேட் கொடுத்தான்னு சொன்னியே சாப்ட்டியா அதை?'

'இல்லை பாஸ், சட்டைப் பைல வெச்சிருந்தேன். அதைக் காணோம். வெய்ட் எ மினிட்!'

வஸந்த் தரையில் தேடி ராஜியின் கையிலிருந்து பிடுங்கிப் போட்ட அந்தக் காகிதத் துண்டை எடுத்தான். பிரித்தான்.

'பாஸ் இதான். ராஜி என் பைல இருந்த சாக்லேட்டைச் சாப்ட்டியா? சரியா ஞாபகப்படுத்திச் சொல்லு.'

ராஜி யோசித்து, 'ஆமாம் வஸந்த். உங்க சட்டை கம்ப்யூட்டர் மேல் கிடந்தது. அதில க்ரெடிட் கார்டெல்லாம் இருந்தது. எடுத்து வைக்கறப்ப பைல அந்த சாக்லேட் இருந்தது. எனக்கு காஃபி பைட்னா பிடிக்கும்.'

'சாப்ட்டுட்டியா?'

'ஆமாம்.'

'வஸந்த், உடனே டெஸ்ட் ரிப்போர்ட் வாங்கிடு.'

'சரி'

ப்ரேர்ணாவிடம் சென்றான். அவள் இன்னமும் தூங்கிக் கொண்டிருந்தாள்.

சற்று நேரம் அவளையே பார்த்துக்கொண்டிருந்தான். குற்றமற்ற முகம். ஏதோ கனவு கண்டவளைப்போல திடுக்கிட்டு எழுந்தாள். பெரிய கண்களைத் திறந்து பார்த்தாள். 'கணேஷ் நீங்க எப்ப வந்தீங்க?'

'இப்பத்தான், சொப்பனமா?'

‘ஆமாம். எப்ப பாத்தாலும் இன்ஸ்பெக்டர் இன்பா மேடம்தான் வரா. இந்த முறை மாயாவி மாரிசனா ப்ளூ ஸ்க்ரீனைக் கிழச்சுகிட்டு வர்றா.’

கணேஷ் புன்னகைத்தான்.

‘கணேஷ், நீங்க என்னைக் காப்பாத்திடுவீங்கதானே?’

‘அதுக்குத்தானே.’

‘காப்பாத்தினா உங்களுக்குச் சின்னதா நாய்க்குட்டி ஒண்ணு பரிசாக் கொடுக்கலாம்னு இருக்கேன்.’

‘எனக்கு நாய் பிடிக்காது.’

‘வஸந்த்துக்கு?’

‘அவனுக்கு மனுஷங்களை மட்டும் பிடிக்கும். குறிப்பா பெண்களை மட்டும். ஒருமுறை தேவாங்கு வளர்த்தான்.’

‘வஸந்த் நல்லா பழகறார், விகல்பமில்லாம.’

‘அப்படியா?’

‘என்னைப் போய் பாபுவைக் கொன்னேன்னு, அவங்களால எப்படி எண்ணிப் பார்க்க முடியும்?’

‘போலீஸ் விசாரிக்கறப்ப உணர்ச்சிகளுக்கும் ஏன் காமன்சென்ஸ் பகுத்தறிவுக்குக்கூட இடம் கொடுக்கமாட்டாங்க. பல சமயங்கள்ல அந்த மாதிரி சமநிலைல இருக்கறது அவங்களுக்குத் தேவையாக்கூட இருக்கும்.’

‘வஸந்த் எங்கே?’

‘வந்துருவான்.’

வஸந்த் திரும்ப வந்தபோது மிகவும் பரபரப்பில் இருந்தான்.

‘பாஸ்! கில்லாடி நீங்க. நீங்க நினைச்சது சரியா வருது.’

‘ரிப்போர்ட்தானே? என்ன சொல்லுது?’

‘ராஜி சாப்ட்ட சாக்லேட்டில் ஏதோ பெயர் தெரியாத ஹாலுசினோஜென் போன்ற வஸ்து இருந்தது.’

‘அது என்னன்னு கண்டுபிடிக்க முடியாதா?’

‘காகிதத்தில் கொஞ்சம் சாக்லேட் ஒட்டிகிட்டிருந்தது. அதைப் பரிசோதனைக்குக் கொடுத்திருக்கேன்.’

கணேஷ் சற்று நேரம் யோசித்துக்கொண்டிருக்க வஸந்த், ‘ப்ரே எப்ப எழுந்திங்க?’

‘இப்பத்தான் வஸந்த். கணேஷ், வஸந்த் கோர்ட்டில் என்னமா ஆர்க்யுமெண்ட் பண்ணார் தெரியுமா. இன்பாவைக் கலக்கிட்டார்.’

‘இன்பாவை லேசில கலக்க முடியாது. பெரிய மத்து வேணும்.’

‘வஸந்த்!’

‘ஒரு சைவ ஜோக் சொல்லட்டுமா? ஒரு கணவன் அடிக்கடி வெளியூர் டூர் போவானாம் சரக்கு எடுக்கறதுக்கு. மனைவிக்கு தினம் ராத்திரி ஒரு தந்தி அனுப்புவானாம். ‘இன்னும் வாங்கிட்டு தான் இருக்கேன்.’ ஒரு மாசம் ரெண்டு மாசம் தினம் தந்தி வரும். ஆனா, கணவன் வரலை. கடைசில தாங்க முடியாம மனைவி தந்தி அடிச்சாளாம், ‘உடனே வந்து சேரு. இல்லைன்னா நீ வாங்கறதை நான் விக்க ஆரம்பிச்சிடுவேன்’னு. என்ன சிரிக்க மாட்டங்கிறிங்க?’

‘புரியலையே கணேஷ். இதுக்கு என்ன அர்த்தம்? எதை வாங்கினார்?’

‘அவன் ஜோக்கெல்லாம் உன்னை மாதிரி ஆட்களுக்கில்லை ப்ரேர்ணா. வஸந்த் சும்மா கிட.’

‘பாஸ், இன்பா என்கிட்ட சவால் விட்டிருக்காங்க. எப்படியாவது ப்ரேர்ணாவை அரஸ்ட் பண்ணியே தீருவேன்னு. ஷி இஸ் கன்வின்ஸ்டு. ஐ திங்க் ஷி ஹேட்ஸ் ஹர் கம்ப்ளீட்லி!’

ப்ரேர்ணா பயந்துபோய் வஸந்தின் முதுகுப்புறத்தில் பதுங்கிக் கொண்டாள். ‘நீயும் பொம்பளை, அவளும் பொம்பளை, வரமாட்டாங்க. கவலைப்படாதிங்க.’

கணேஷ், ‘வஸந்த் சொல்றது சரிதான். சம்பந்தா சம்பந்தமில்லாத கடந்த வாரச் சம்பவங்களுக்குள்ள ஒரு சரடு, ஒரு கனெக்ஷன் மறைமுகமா இருக்கு. இருக்கணும்.’

‘போதை மருந்தா இருக்கலாம்.’

‘கோர்ட்ல மாஜிஸ்ட்ரேட் குறிப்பா எதாவது கேட்டாரா?’

‘ஆமா பாஸ். இறந்துபோன பாபு கைல சிக்கியிருந்த தலைமயிர் ப்ரேர்ணாவுடையதுன்னு திட்டவட்டமா நிரூபிக்கிறதுக்கு பரிசோதனை ஏதாவது இருக்கான்னு கேட்டார். நான் நியுட்ரான் ஆக்டிவேஷன் டெஸ்ட்டைப் பத்தி சொன்னேன். அது இல்லாதவரை சொல்ல முடியாதுன்னேன்.’

‘எதுக்குடா அனாவசியமா விவரம் கொடுக்கறே’ என்றான் கணேஷ் கோபத்துடன்.

‘ஜட்ஜ் கேட்டார், கொடுத்தேன். அந்த டெஸ்ட் எல்லாம் அவங்க கிட்ட கெடையாது.’

மறுநாள் காலையில் இன்ஸ்பெக்டர் இன்பா கணேஷைச் சந்திக்க, ப்ரேர்ணாவைக் கைது செய்ய, மற்றொரு வாரண்டுடன் வந்தாள்.

12

‘இன்ஸ் இன்பா! வாட் எ சர்பரைஸ்! நான் இனிமே உங்களைச் சந்திக்கவே போறதில்லைன்னு நினைச்சேன். வந்துட்டிங்க, தீர்க்காயுசு.’

இன்பா வஸந்த்தை நேரடியாகப் பார்க்கவில்லை.

‘மிஸ்டர் கணேஷ், ஃப்ரஷ்ஷா வாரண்ட்டோட வந்திருக்கேன்.’

‘எதுக்கு?’

‘ப்ரேர்ணாவை அரஸ்ட் பண்ணறதுக்கு.’

‘பிடிவாதம்! பண்ணிக்கங்க.’

‘அவங்க இங்கதானே இருக்காங்க.’

‘இது ஆபீஸ்ங்க. கணேஷ் வஸந்த் அட்டார்னிஸ் அட் லாவுடைய ஆபீஸ்.’

‘தெரியும். அவங்களை நீங்க இங்கதான் வெச்சிருக்கிங்க.’

‘இல்லைங்க, ஒரு ஜெண்டில்மேன் சொன்னா நம்புங்க’ என்றான் வஸந்த்.

‘நீங்க யாரைப் பத்திச் சொல்றிங்க தெரியலை’ என்று அவள் வஸந்த்தை முறைத்துப் பார்த்தாள்.

‘திஸ் இஸ் த்ரீ மச். ஒரு பிக்பாக்கெட்டைப் பாக்கற மாதிரி என்னைப் பார்க்கறிங்க.’

‘உங்களை நம்பவே முடியாது. ஐ வாண்ட் டு சர்ச் திஸ் ப்ளேஸ்.’

‘தாராளமா ஸர்ச்சுங்க. கின்பஜக் கில்மா கஸ்டமர்கிட்ட சொன்ன மாதிரி எதை வேணாத் திறந்து காமிக்கறேன்.’

‘தட்ஸ் நாட் ஃபன்னி. மிஸ்டர் கணேஷ், உங்க ஜூனியரை கொஞ்சம் கண்ட்ரோல்ல வைங்க. சொல்லாக்கமே சகிக்கலை.’

‘நான் என்ன சொல்லிட்டேன்? கின்பஜக் கில்மா தூய தமிழ்.’

கணேஷ், ‘வஸந்த் சும்மார்றா’ என்று அதட்டினான். ‘மேடம் உங்ககூடப் பரிபூரணமா ஒத்துழைக்கத் தயாரா இருக்கோம். நீங்க மறு வாரண்ட் எடுக்கற அளவுக்கு என்ன சாட்சியங்கள் கிடைச்சிருக்குன்னு, உங்களுக்கு விருப்பமிருந்தா, தெரிவிக்கலாம்.’

‘விருப்பம் இல்லைன்னாலும் கண்டுபிடிச்சுக்குவோம்’ என்றான் வஸந்த்.

இன்பா, ‘சொல்றேன். இறந்துபோன பாபு கை விரல் நகங்கள்ல அகப்பட்ட நீண்ட தலைமுடி ப்ரேர்ணாவுடையதுன்னு, வஸந்த் கோர்ட்ல சொன்னீங்க பாருங்க, நியுட்ரான் ஆக்டிவேஷன் டெஸ்ட்டு, அதன் மூலமா உறுதியாயிருக்கு.’

‘ஏன்தான் அதைச் சொன்னேனோ! எங்க பண்ணீங்க டெஸ்ட்டு? எப்படி ப்ரேர்ணாவுடைய தலைமுடி கிடைச்சது?’

‘போலீசுக்கும் கொஞ்சம் புத்திசாலித்தனம் பாக்கி வைங்க வஸந்த்.’

‘புரியுது, அரஸ்ட் பண்ணிகிட்டு வர்றப்ப கலெக்ட் பண்ணிருக்கிங்க.’

‘பண்ணிருக்கலாம். அதைப் பத்திக் கவலை வேண்டாம்.’

‘இல்லை. கவர்ன்மெண்ட் ஃபாரன்சிக் லேப்ல க்ரூக்ஸ் காலத்து மைக்ராஸ்கோப்பைத் தவிர வேற எதுவும் கெடையாதே...’

‘நீங்க சமீபத்தில் அங்க போகலைன்னு தெரியுது. சுத்தி வளைக்காதிங்க. வரச் சொல்லுங்க.’

‘யாரை?’

‘ப்ரேர்ணா சந்தர்!’

'அவங்க இங்க இல்லைங்கன்னா அதையே போட்டு அரக்கறிங்களே...'

இன்பா, 'சக்திவேல் வாங்க பாத்துரலாம்' என்று கான்ஸ்டபிளை அழைத்துக்கொண்டு அறைக்குள் நுழைந்தாள்.

அவள் தேடுதலை வஸந்த் கண்களால் தொடர்ந்தான்.

'வெய்ட் எ மினிட். உங்ககிட்ட சர்ச் வாரண்ட் இருக்குதா?'

கணேஷ், 'தலைமுடி அவங்களுதுதான்னு லாப் டெஸ்ட் வச்சு நிரூபிச்சாலும் கொலை அவங்கதான் செய்தாங்கன்னு முடிவு எடுக்க முடியாது. மறுபடியும் நாங்க கோர்ட்டுக்கு வருவோம். மறுபடியும் ஜாமின்ல வுட்டுருவாங்க.'

'இந்த முறை எதுக்கு பாதி வெந்த கேசையெல்லாம் கொண்டு வரிங்கன்னு போலீஸ் டிபார்ட்மெண்ட்டை ஒரு சென்ஷரோட...'

இன்பா, 'எதுக்கு லொள்ளு பண்றிங்க. அந்தம்மாவை விசாரிக்கணும்.'

'அவ எங்ககிட்ட இல்லை.'

'இருக்காங்க.'

'இல்லை.'

'இருக்காங்க.'

'என்ன உரையாடல் இது? கதையில்லாத மெகா சீரியல் மாதிரி, செல்லப்பான்னு ஒருத்தனைப் பத்தி உங்ககிட்ட கம்ப்ளெய்ண்ட் கொடுக்கணும்' என்றான் வஸந்த்.

'பேச்சை மாத்தாதீங்க.'

கணேஷ்-வஸந்தின் அலுவலக அறைகளை ஒட்டி ஒரு ஓய்வறை இருந்தது. அதில் ஏசியும் அகலத்திரை டி.வி.யும் வைக்கப்பட்டு குறுகிய கால ஆசுவாசத்துக்காக இணைக் குளியலறையுடன் இருந்தது. வஸந்த் அதில் ஒரு எல்டி பிளேயரும் சரவுண்ட் சவுண்ட் கொண்ட சிஸ்டமும் வைக்கவேண்டும் என்று தீர்மானித்து, அது கணேஷால் நிராகரிக்கப்பட்டிருந்தது.

அந்த அறையில்தான் ப்ரேர்ணா படுத்திருந்தாள்.

இப்போது அந்தக் கதவு திறந்து கொட்டாவி விட்டுக்கொண்டு ப்ரேர்ணா வந்து, 'வஸந்த் டூத் பேஸ்ட் எங்க இருக்கு?' என்றாள்.

வஸந்த் அவளையும் இன்பாவையும் மாறி மாறிப் பார்த்தான். இன்பா வஸந்தையே சுட்டெரிப்பதுபோலப் பார்த்தாள்.

'ப்ரேர்ணா, வாட் எ சர்பரைஸ்! எப்ப வந்திங்க?'

'என்னது எப்ப? வந்தேனா? கேக்கறதைப் பாரு! நேத்து ராத்திரிலேருந்து இங்கேதானே இருக்கேன். நீங்க எப்ப வந்திங்க மேடம்? வேற எதாவது கேஸா மேடம்?'

இன்பா, 'உன் கேஸ்தான். உன்னை அரஸ்ட் பண்ணத்தான் வந்திருக்கேன்.'

அவள் அழுவதுபோல முகத்தைப் பண்ணிக்கொண்டு, 'என்னது, சும்மா சும்மா!'

'ப்ரேர்ணா, நீங்க உள்ளே போய் முகம் கழுவிட்டு வாங்க.'

'பசிக்குது.'

'பையனை அனுப்பி எதாவது டிபன் வாங்கிட்டு வரச் சொல்றேன்.'

அவள் உள்ளே செல்ல,

'கான்ஸ்டபிள் அந்தப் பக்கம் ஏதாவது வழி இருக்குதா பாத் துருங்க' என்றாள். 'இவங்களை நம்பவே முடியாது.'

'உக்காருங்க. இன்பா. நீங்க சின்சியரா இவங்க கொலை செய் திருக்க முடியும்னு நம்பறிங்களா, சொல்லுங்க' என்றான் கணேஷ்.

'வதனத்தைப் பாருங்க. பால் வடியுது.'

'உங்களுக்குத் தெரியாது. சர்கம்ஸ்டான்ஷியலா நிறைய எவிடன்ஸ் இருக்குது. ஐ ஜஸ்ட் வாண்ட் டு செக் ஹர் அலிபை'

'அதுக்கு எதுக்கு அரஸ்ட்? இங்கேயே வெச்சுக் கேளுங்களேன். கன்வின்ஸ் ஆவலைன்னா கூட்டிகிட்டுப் போங்க. கஸ்டடியில வெச்சு என்ன சாதிக்கப் போறிங்க.'

'உங்களைப் பார்த்தா கைல குட்கா தேச்சு, வாயில அதக்கிகிட்டு டார்ச்சர் பண்ற டைப்பாத் தோணலை. பெண் போலீசைப் பத்தி ஒரு ஹைக்கூ இருக்குது-

குத்து விளக்கேற்றி
துவக்கப்படும்
மகளிர் காவல் நிலையம்'

'இது ஹைக்கூ இல்லை.'

'எதுக்குச் சொல்ல வர்றேன்னா போக்குவரத்து மகளிர் பேரணின்னா பெண்களுக்குச் சரிப்படும். தங்கச் சங்கிலி போட்டு தொங்க விடற கொலைக் கேஸ் எல்லாம்...'

'என்னை இன்னும் சரியாப் பார்க்கலை நீங்க' என்றாள் இன்பா.

'பார்க்கத்தான் விரும்பறோம்' என்றான் வஸந்த்.

'காட்டறேன்.'

'காட்டுங்க, நிச்சயம் பாக்கறோம்.'

இன்பா சட்டென்று இந்த உரையாடலுக்கு விபரீதமான மற்றொரு இணை அர்த்தம் உண்டாவதை உணர்ந்து கன்னத்தில் சிவந்தாள்.

'வெக்கம்கூட படறீங்களே!'

'ஷப் அப்!'

'இந்த ஆணாதிக்க உலகத்தில் இயங்கறது ரொம்ப சிக்கல்ங்க.'

'ஒரு போலீஸ் அதிகாரிக்கே இப்படின்னா?'

ப்ரேர்ணா முகம் கழுவித் தலையை கோதிக்கொண்டு பையன் கொண்டு வந்த இட்லி காபியை சாப்பிட்டுவிட்டு உதட்டைத் துடைத்துக்கொண்டு வந்து உட்கார்ந்தாள். அவர்கள் எதிர் எதிராக உட்கார்ந்தபோது இருவருக்கும் இருந்த வேறுபாடுகளை எதிர்மறைகளைக் கண்டு கணேஷ் வியந்தான்.

நிறம் கருப்பு - சிவப்பு.

கூந்தல் சுருக்கம் - வெள்ளம்.

பல மணிநேரம் கண்ணாடி முன் செலவழிக்கப்பட்டு பாதுகாக்கப்பட்ட முக அமைப்பு - அலங்காரத்துக்கு நேரமே கிடைக்காத அலைச்சலைப் பிரதிபலிக்கும் முகம்.

தாய்க்குலத்தின் இரண்டு துருவங்கள்போல.

'மிஸஸ் ப்ரேர்ணா, உங்க கணவர் தற்கொலை செய்ததுக்கு என்ன காரணம்னு நீங்க நம்பறிங்க?'

'சந்தேகம் சந்தரைப் பைத்தியமாக்கிடுச்சு.'

'உங்க ஸ்டேட்மெண்ட் பார்த்தேன். அந்த சந்தேக லிஸ்டில் பாபுவும் உண்டா?'

'பாபு இல்லாமயா? தோட்டக்காரன்கூட லிஸ்ட்ல இருந்தப்ப, பாபு இல்லாமயா?'

'பாபு உங்களுக்கு உறவா?'

'அப்படின்னு சொல்லிக்கிட்டு பல பேர்ட்ட பணம் வாங்கினான் நாசமாப் போறவன். நல்ல வேளை செத்துத் தொலைஞ்சான். உறவு ஒண்ணும் இல்லை. என்னை வச்சு சீரியல் பண்ணணும்னு அட்வான்ஸ் எல்லாம் வாங்கிட்டான். ஸ்மித்க்ளைன்க்காக லிண்டாஸ்கிட்ட ஒரு செட்டு ஆட் பண்றதுக்கு சந்தரைக் கேக்காம பாபு பணம் வாங்கிட்டான். அதனாலகூட சந்தர் கோபிக் கலை. என்கிட்ட ஒரு முறை மிஸ்பிஹேவ் பண்ணிட்டான். அதிலருந்துதான் அதைத் தப்பா நெனைச்சுக்கிட்டு, 'உன்னைக் கொன்னு போட்டுருவேன் பாரு'ன்னு சத்தம் போட்டு பய முறுத்தியிருக்காரு சந்தர். அவ்வளவு நடந்திருக்கு.'

'பாபுவைக் கொல்ல வலுவான காரணம் காலமாயிட்ட சந்தருக்கு அப்புறம் வேற யாருக்கு இருக்கலாம்?'

'வந்து, பாபு ஏமாத்தின அத்தனை பேருக்கும் இருக்கலாம். ஜனார்த்தன், மைக்கல், ரியாஸ், ரிக்கின்னு ஒரு கேமராமேன், சுஷ்மான்னு ஒரு ஆவிட் எடிட்டர் எத்தனையோ பேர்... எல்லார்ட் டயும் வாங்கிருக்கான். இல்லை வம்பு பண்ணிருக்கான்.'

இன்பா அந்தப் பெயர்களையெல்லாம் கவனமாக எழுதிக் கொண்டாள். 'யு ஆர் சிஸ்டமாட்டிக். டிகிரி எங்க படிச்சிங்க மீனாட்சிலயா' என்று வஸந்த் வாயெடுக்க, கணேஷ் சைகையால்

அதைத் தடுத்தான்.

'பாபு இறந்த அன்னிக்கு காலி மனையில நீங்க நின்னுக்கிட்டிருந் தீங்க.'

'கந்தசாமி கோயிலாண்டை.'

'எப்ப அங்க போனீங்க.'

'சுத்தமா ஞாபகம் இல்லைங்க.'

'ஆஸ்பத்திரி போனது?'

'அது ஞாபகம் இருக்கு. அதுக்கு முன்னாடி கோயில்கூட லேசா ஞாபகம் இருக்கு.'

'முக்கியமான விஷயத்தை சௌகர்யமா மறந்துர்றிங்க' என்றாள் இன்பா. 'கமான் சொல்லுங்க. ஏன் அங்க போனிங்க? உங்க மேல சந்தேகம் வர்றதுக்கே அதுதான் முக்கியக் காரணம். பாபுவுடைய சடலம் கிடந்தது. உங்க சங்கிலி அதும் தாலிச் சங்கிலி, அங்க கிடக்குது. பாபு கை நகத்தில் உங்க தலைமுடி.'

'சங்கிலி எப்படி அங்க போச்சு?'

'உங்க கணவர் இறந்தப்புறம் அதைக் கழட்டிட்டிங்களா?'

'அதுக்கு முன்னாடியே கழட்டி வெச்சுட்டேன்.'

'எங்க வெச்சிருந்திங்க?'

'டிரஸ்ஸிங் டேபிள்ல'

இன்பா, 'கமான் ப்ரேர்ணா, நடந்ததைச் சொல்லுங்க. பாபு உங்களை பலாத்காரம் பண்ணப்ப நீங்க ஆத்திரத்தினால அவரை கழுத்தை நெரிச்சிருக்கலாம். தற்காப்புக்காக. இது பெரிய குற்றம் இல்லை. மேன்ஸ்லாட்டர்ல கூட வராது. கணேஷைக் கேட்டுப் பாருங்க.'

'அப்படியா கணேஷ்?' என்றாள் ப்ரேர்ணா.

கணேஷ், 'ப்ரேர்ணா, நீங்க அந்தக் கொலையைச் செய்யலைல?'

'செய்யலை.'

'எதுக்கு ஒத்துக்கணும்?'

'மிஸ் இன்பா, என் க்ளையண்டைக் கேள்வி கேட்டாச்சில்லை? புறப்படுங்க' என்றான் வஸந்த்.

'உங்களுக்குக் குழந்தை உண்டா?'

'புறப்படுங்க ப்ளீஸ்.'

'இந்த செலக்டிவ் மெமரி உங்களுக்கு வியப்பா இல்லையா கணேஷ்?'

'இல்லை.'

'நான் என் எஸ்.பி.யோட பேசிட்டு மறுபடி வரேன்' என்று புறப்பட்டாள் இன்பா.

அவள் போனதும் கணேஷ் ப்ரேர்ணாவிடம், 'நிஜமாவே அந்தப் பகுதி உங்களுக்கு ஞாபகம் இல்லையா ப்ரேர்ணா?'

'நிஜம்மா, சாமி சத்தியமா'

'எந்த சாமி?'

'எல்லா சாமியும்.'

'பாஸ், இடைவேளையில் என்ன நடந்ததுன்னு ப்ரேர்ணாவை ஞாபகப்படுத்தற சில முறைகள் இருக்கு' என்றான் வஸந்த்.

13

ப்ரேர்ணாவை சோபாவில் மடக்கி வஸந்த் 'நிஜ மாவே நடந்தது ஞாபகம் இல்லைன்னுதான சொல் றிங்க?'

'நிஜம்மா.'

'பொய் சொன்னாக் கண்டுபிடிச்சுரலாம்.'

'பொய் சொன்னாத்தானே?'

'வஸந்த்! என்னடா இது பீடிகை?'

'டாக்டர் விஜயரத்னம் கிட்ட கொண்டு போகலாம் இவங்களை.'

கணேஷ் 'அது தேவையா வஸந்த்' என்றான் சற்று படபடப்புடன்.

'நான் எந்த டாக்டர்கிட்டயும் போகத் தயார்.'

'இந்த டாக்டர், உன்னை ஒரு மாதிரி தூக்கத்தில் ஆழ்த்தி ஹிப்னாட்டிக் ஸஜஷன்னு ஒரு முறையில அந்த மறந்துபோன இடைவெளியை ஞாபகப் படுத்த உதவுவார்.'

'வலிக்குமா?'

'அதெல்லாம் இல்லை. எறும்பு கடிக்கிற மாதிரி ஒரு ஊசி போடுவார். வெளக்கு வெளிச்சத்தைத் தாழ்த்தி மெட்ரோனோம் வச்சு டிக்-டிக்னு ஏக

தாளம் போட வெச்சுட்டு காதோரம் பேசுவார். தூங்கிப் போய்டுவே.'

'வேற ஒண்ணும் இல்லையே?'

'வேற எதுவும் முடியாது.'

'வஸந்த் யோசி. இது தேவைதானா? ஹிப்னாடிசத்தின்மேல் எனக்கு அவ்வளவு நம்பிக்கை கிடையாது.'

'பாஸ், அப்படித்தான் நானும் இருந்தேன். ஒருமுறை விஜயரத்னம் ரோட்டரி லெக்சர் கொடுத்தார் பாருங்க. ஆடியன்சயே ஒரு மாதிரி அரைத் தூக்கத்தில் ஆழ்த்தினார். செஷன் முடிந்ததும் எப்ப ரம்பான்னு பேர் வந்தாலும் காதைச் சொறியணும்னு ஒரு சஜஷன் தூக்கத்திலேயே எல்லாருக்கும் கொடுத்தார்.'

'மயக்கத்திலிருந்து வெளிவந்ததும் காதைச் சொறிஞ்சாங்களா.'

'ஆமாம் பாஸ். எல்லாரும் மரியாதைப்பட்ட பெரிய பெரிய டாப் எக்சிகியூட்டிவ்ஸ், வைஸ் ப்ரிசிடெண்டு... சமூகத்தில் பெரிய மனுஷங்க கூட்டம். அத்தனை பேரும் ஒவ்வொரு தடவையும் ரம்பான்னு அவர் சொன்னதும் டிஸ்கவரி சானல்ல குரங்கு மாதிரி வரக்கு வரக்குன்னு காதை சொறிஞ்சாங்க.'

'நான் காதைச் சொறியணுமா' என்றாள் ப்ரேர்ணா.

வஸந்த் சிரித்து, 'அய்யோ வேண்டாம். கொஞ்ச நேரம் படுத்திருந்தா போதும். இவ்வளவு அப்பாவியா இருக்கிங்களே, உங்களை பத்து ஸிக் ஜோக் சொல்லி தேத்தணும்.'

'வஸந்த், என்ன சொன்னாலும் செய்யறேன்.'

'பாத்திங்களா பாஸ்?'

கணேஷ், வஸந்த்தைப் பார்த்துக்கொண்டே 'என்னை ஒரு வார்த்தை முதல்ல கேட்டுட்டு இவன் சொல்றதை செய்.'

'பாஸ் என்னைப் பத்தித் தெரியாமப் பேசறிங்க. உலகமே அவங்கவங்க தங்கச்சிங்களை எங்கிட்ட ஒப்படைக்கத் தயாரா இருக்குது.'

'தங்கச்சி பாப்பாதான் உங்கிட்ட சேஃப். உன்னைப் பத்தி தெரியும்டா, கோடு போடுன்னா ரோடு போட்டுருவே, அதனாலதான் இந்த எச்சரிக்கை.'

'அப்ப நீங்களே கூட்டிட்டுப் போங்க.'

'நானும் வரத்தானே போறேன்.'

டாக்டர் விஜயரத்னம் கிளினிக், கீழ்ப்பாக்கத்தில் தனியார் மருத்துவமனையை அடுத்த பாலிகிளினிக்கில் இருந்தது.

வரவேற்பறைப் பெண் கம்ப்யூட்டர் டெர்மினலில் கொத்திக் கொண்டிருந்தவள் நிமிர்ந்து, 'கணேஷ்? கணேஷ், ஓ எஸ். உங்களுக்கு நாலு நாப்பதுக்குக் கொடுத்திருக்கார். டாக்டர் காத்துக்கிட்டிருக்கார். பேஷண்ட் யாரு?'

ப்ரேர்ணாவைப் பார்த்ததும் 'நீங்களா மேடம்' என்று அவளிடம் ஆட்டோகிராப் வாங்கிக்கொண்டாள்.

டாக்டரின் அறையில் வெளிச்சம் பரவியிருந்தது. கண்ணாடிக்கு வெளிப்புறம் சென்னை இயங்குவதை ஆடியோ இல்லாமல் கவனிக்க முடிந்தது. லேசான சங்கீதத்தில் ஒலித்த நளின காந்தியை நிறுத்திவிட்டு, ஒரு பென்சிலை எடுத்து விரல்களில் புரட்டிக்கொண்டு டாக்டர் விஜய், நடிகையை உற்றுப் பார்த்தார்.

ஹேர் லிப்பை மறைக்கப் பெரிய மீசை வைத்திருந்தார். முன்னால் படரத் தொடங்கியிருந்த லேசான வழுக்கை, அவருக்கு அழகாகவே இருந்தது. கண்களில் செயற்கையற்ற பார்வை இருந்தது. அவருடைய டிப்ளமா டிகிரிகள் அனைத்தும் ஒழுங்காக சுவரில் சட்டம் போட்டு மாட்டப்பட்டு, பறக்கும் தங்க எழுத்துக்களில் அவருடைய தகுதிகளை உலகுக்கு அறிவித்தன. ஃப்ராய்ட், யுங், ஆட்லர் போன்றோரின் புகைப்படங்களுடன் எதற்கோ, ஜனாதிபதி கிரியிடம் பரிசு வாங்கும் போட்டோவும் இருந்தது. மேஜைமேல் தீபக் சோப்ராவின் புத்தகமும் வெளிர் மஞ்சள் நிற நோட் பேடும் இருந்தன.

மலர்ச்சாடியில் மலர்கள் புதிதாக இருந்தன.

'டிவில கொஞ்சம் குண்டாத் தெரியறாங்க' என்றார்.

'குண்டுதான். சமீபத்தில் இளைச்சிருக்கேன்.'

'சொல்லுங்க. என்ன ப்ராப்ளம் இவங்களுக்கு?'

ப்ரேர்ணா கணேஷைப் பார்க்க,

நடந்ததைச் சொன்னார்கள்... கணவனின் தற்கொலை பயம், சரண், டீக்கடை நடனம், பாபு, போலீஸ் சந்தேகம், கைது, ஜாமீன், விடுதலை எல்லாம்.

அதை அவர் அதிகம் ஆர்வமில்லாமல் கேட்டுக் கொண்டு இருந்தார்.

'கணேஷ், ஷோப்பனாஹர் தற்கொலை பற்றி என்ன சொல்றார் தெரியுமா?'

அலமாரியிலிருந்து ஒரு பெரிய புத்தகத்தை எடுத்தார், படித்தார். Suicide may also be regarded as an experiment, a question which man puts to nature trying to force her to an answer. The question is this. What change will death produce in a man's existence and his insight into the nature of things.

கணேஷ், 'படிச்சிருக்கேன். சாவுன்னா என்ன, அதனால ஏற்படற மாறுதல் என்னன்னு கேட்கிற கேள்வி கடோபனிஷத் காலத் திலருந்து இருக்கு.'

வஸந்த், 'இதுல ப்ராப்ளம் என்னன்னா, அந்தப் பரிசோதனையின் முடிவைத் தெரிஞ்சுக்கறதுக்கு ஆளு உயிரோட இருக்கற தில்லை.'

'அதையும் சொல்லியிருக்கார் ஷோப்பனாஹர்.'

'நீங்க என்ன சொல்றிங்க ப்ரேர்ணா?'

'என்ன சொல்லணும்? நீங்க பேசிக்கறதே புரியலை.'

'உங்க கணவர் எதற்காகத் தற்கொலை பண்ணிக்கிட்டார்?'

'எம்மேல ஏற்பட்ட சந்தேகத்தை அவரால சமாளிக்க முடியலை. எப்பப் பாத்தாலும் சந்தேகம்.'

'டாக்டர், இவங்க இறந்துபோன கணவனை மறுபடி பாக்கறதாச் சொல்றாங்க. இது எதாவது ஆவி பிசினஸா இருக்குமோ?'

‘அதெல்லாம் இல்லை. ஹாலுஸினேஷனா இருக்கலாம். கொஞ்சம் இவங்ககூடத் தனியா பேசணும். ப்ரேர்ணா, உங்களுக்கு இந்த அறையில என்கூட இருக்க பயம் இல்லையே?’

‘இல்லை, கணேஷ், வஸந்த் ரெண்டு பேரும் பக்கத்து ரூம்ல இருந்தாப் போதும்’ என்றாள்.

வஸந்த் வெளியே வந்ததும் ரிசப்ஷனிஸ்டை விசாரித்தான்.

‘நீங்கதான் டெலிபோன்ல அப்பாயிண்ட்மெண்ட் கொடுக்கறிங்களா?’

‘ஆமாம்.’

‘குரல் நல்லாருக்கு.’

‘தாங்ஸ்.’

‘குரலுக்கேத்த உடல்’

‘பார்டன்?’

‘சில பேருக்கு குரல் மட்டும்தான் நல்லாருக்கும். உடல் பொருத்தமா இருக்காது.’

‘என்னதான் சொல்ல வரீங்க?’

‘ஆர் யூ ஃ்ப்ரி திஸ் ஸாட்டர்டே? உங்களை ஒரு டான்ஸ்ல பாத்திருக்கேன்... இல்லை டிவிலயா?’

‘ஒன் மினிட்...’ டெலிபோனைச் சுழற்றி, ‘செக்யூரிட்டி, கொஞ்சம் வரிங்களா?’ என்றாள்.

‘அய்யோ, இதுக்கு எதுக்கு செக்யூரிட்டிலாம் கூப்டுகிட்டு?’

‘உங்களுக்கு இல்லை.’

‘ஏர் டிக்கெட் ரெடியா என்று யாரிடமோ கேட்டாள்.

அவள் சற்று நேரம் போன் பேசிவிட்டு ‘என்னவோ சொல்ல வந்திங்களே’ என்றாள்.

‘மறந்துருச்சு’ என்ற வஸந்த், அந்த வரவேற்பறை மேஜையிலிருந்து சினிமா பத்திரிகையை எடுத்துக்கொண்டான். சரத்குமாரும் கௌசல்யாவும் அட்டையில் ஃபிலிம்ஃபேர் அவார்டு

களுடன் சிரித்துக்கொண்டிருக்க உள்ளே ஐஸ்வர்யா ராய் தனக்கும் சல்மான் கானுக்கும் எவ்வித நட்பும் இல்லை என்று அறிக்கை விட்டிருந்தார். கணேஷ் புன்னகைத்தான்.

'எதுக்கு பாஸ் சிரிக்கறிங்க? இப்பல்லாம் பழைய டெக்னிக் ஓர்க் அவுட் ஆவலை பாஸ்.'

'அவகூட என்ன உத்தேசத்தில் பேசின?'

'சும்மா ஒரு வீக் எண்ட் கில்மாவுக்கு அடி போடலாம்னு. டிஸ்கோ போய் பிஸ்கோத்து கடிக்கலாம்னு.'

'அதென்ன பிஸ்கோத்து.'

'சொன்னாப் புரியாது.'

'சற்று நேரம் மௌனத்துக்குப் பிறகு,

'விஜயரத்னம் பற்றி என்ன நினைக்கிறீங்க?'

'நிறையப் படிச்சிருக்கார். சோப்ராதான் உதைக்குது.'

'எமிலி டிக்கின்சன் சூய்சைடைப் பத்தி ஒரு கவிதை எழுதியிருக்கா Mind Going Blind-னு'

இன்டர்காமில் டாக்டர் அழைக்க, அந்த பெண் 'மிஸ்டர் கணேஷ், கூப்பிடறாரு' என்றாள்.

உள்ளே சென்றதும் நிழலில் ப்ரேர்ணா படுத்திருந்தாள்.

'ரிக்ரெஸ் பண்ண வெச்சு நினைவுபடுத்திப் பார்க்கச் சொன்னேன். சமீபத்தில் நடந்ததால சட்டுனு அடித்தளத்திலிருந்து ஞாபகத்தில் கொண்டு வர முடிஞ்சுது.'

'என்ன சொல்றா?'

'நீங்களே கேளுங்க' என்று ஒரு 'சோனி'யை தட்டினார்.

'நிச்சயம் என்னைத் துரத்தறாரு. ஜன்னல் வழியாக் கூப்பிட்டாரு. கதவைத் திறந்துட்டுப் போனேன். பாபு வந்திருந்தான். ஏன்டா பொண்டாட்டி மேல கைவச்சேன்னு பாபுவை அவர்தான் கொன்னுட்டார்.'

'யாரும்மா?'

'சந்தர், என் கணவர்.'

'உங்க கணவர் செத்துப் போய்ட்டாரம்மா.'

'அதான? பின்ன எப்படி?'

கணேஷ் அந்த டேப்பைக் கேட்டு, 'நான்சென்ஸ்' என்றான்.

'உள் மனத்தில் அவள் கணவன் இன்னும் இறக்கலை. கணவனின் பிம்பம், நினைவுகள், அவளை நிச்சயம் துரத்துது, கணவன் இறந்து போகலையோங்கற பிரமிப்பு இருக்குது.'

'என்ன சொல்றா? வாய்ஸ் லோவா இருக்கு.'

'பாபுவை சந்தர்தான் சொலை பண்ணியிருக்கணும்ங்கறா.'

'சரிதான். செத்துப்போனவன் செத்தப்புறம் கொலை பண்ணதா எந்தக் கோர்ட்டிலயும் நிரூபிக்க முடியாது. சந்தரை என் கண் முன்னால புதைச்சேன் டாக்டர் விஜய்.'

'இஸ் ஷி இன் ட்ரபிள்?'

'வெரி மச்! டீப் இன் ட்ரபிள்' என்றான் கணேஷ். இவளுடைய தாலிச் சங்கிலியால் அந்தாளு கழுத்தை நெரிச்சுக் கொலை பண்ணிருக்கு. இறந்தவன் கைல இவள் தலைமுடி. பாபு இவளை பலாத்காரம் பண்ணதைப் பத்தி எதாவது பேசினாளா?'

என்னவோ கோர்வை இல்லாம சொன்னா. மெகாசீரியல் பணம், என்ன என்னவோ...' என்று ஃபாஸ்ட் ஃபார்வர்டில் டேப்பை இயக்க...

'போதும் டாக்டர். இருக்கற குழப்பம் போதும்...'

'இந்தப் பொண்ணு பண்ணிருக்க முடியாது. இவளுக்கு யாரைப் பார்த்தாலும் கணவனைப் போல ஒரு பிரமை இருக்கு, ஒரு ஹிஸ்டீரியா.'

'இதைக் குணப்படுத்திரலாமா?'

'குணப்படுத்தலாம்... பத்து பதினைஞ்சு சிட்டிங் வேணும்.'

'தாங்ஸ் டாக்டர்.'

அவர்கள் புறப்படத் தயாராக இருக்கையில் வரவேற்பறையில் இருந்த பெண்ணிடம் வஸந்த் கன்சல்டேஷன் பணம் கொடுக்கும்போது அவள் 'எமிலி டிக்கின்சன் போயம் சொன்னிங்களே அது எனக்கும் தெரியும். 'Caressed a trigger absently and wandered out of life'னு முடியும்.'

'மை காட். நீங்க போயம்ஸ் படிப்பிங்களா? அப்ப நம்ம ஜாதி. ஒருமுறை ரூமுக்கு வரேன். படிச்சுக் காட்டுவீங்களா?'

கணேஷ், 'அதுக்கெல்லாம் அவனுக்கு டயம் இல்லை மிஸ்! ஹி இஸ் எ பிஸி லாயர். வஸந்த்! காரை போர்ட்டிக்கோவுக்கு கொண்டு வந்து நிறுத்து' என்றான்.

'உங்க பேர் சொல்லவே இல்லையே.'

'சந்தியா'

'கவிதாயினி சந்தியா! அப்றமா போன் பண்றேன். நம்பர் நெட்ருவாச்சு. பை சந்தி! நான் உங்களுக்கு Perfumed Garden படிச்சுக் காட்டறேன்.'

ப்ரேர்ணா டாய்லெட் போயிருந்தாள்.

வஸந்த் காரைக் கொண்டுவந்து நிறுத்தி கோபத்துடன், 'என்ன பாஸ், நீங்க ஒரு கில்ஜாய்! அந்தப் பெண்ணை மேத்தமாட்டிக்ஸ் பண்ற சமயத்தில தாழியை உடைச்சுட்டிங்களே.'

டாய்லெட்டிலிருந்து ஓர் அமானுஷ்யமான ஸ்லேட்டுக் கீறல் அலறல் அவர்கள் காதைக் கிழித்தது.

14

வஸந்த் அந்த அலறலை நோக்கிப் பாய்ந்து சென்றான். மிகச் சுத்தமான டாய்லெட். நவீன செராமிக் சதுரங்கள் பதித்து கை உலர்த்த உஷ்ணக் காற்றும், முகம் காட்ட பெல்ஜியம் கண்ணாடியும், அரைத் தடுப்புக் கதவுகளும், முட்டை வடிவ பேசின்களும் மிகத் துல்லியமாக இருந்த அந்த இடத்தில் தரையில் ப்ரேர்ணாவின் ரத்தம் வடிந்து கொண்டிருந்தது.

கீழே கிடந்தாள். வஸந்த் அவளை தூக்க முயற்சிக்க, துவண்டாள். கணேஷ் உடனே பின்தொடர்ந்து வந்திருந்தான்.

ப்ரேர்ணா கழுத்தில் கீறப்பட்டிருந்தாள். அவளுடைய தொண்டைக் குழாய் அருகில் சில முக்கியமான ரத்தக் குழாய்கள் சேதப்பட்டிருக்க, அவசரமாகத் தன் உதிரத்தைக் காலி செய்து கொண்டிருந்தாள். கணேஷ் உள்ளே வந்தபோது ஒருவன் மிக வேகமாக வெளியே ஓடுவதைக் கவனித்து,

'வஸந்த், நான் இவளைப் பாத்துக்கறேன். நீ அந்தாளைத் துரத்திப் பிடி, போ, ஓடு' என்றான்.

கணேஷும் டாக்டர் விஜயரத்தினமும் ப்ரேர்ணாவைத் தாங்கினார்கள். கணேஷின் சட்டையெல்லாம் ரத்தம். கருநீலக் குட்டை ஒன்று தரையில் சோம்பேறித்தனமாக வடிவமைந்து கொண்டு இருந்தது.

வஸந்த், 'தேவடியாப் பயலே, எங்க போவே?' என்று வெளியே ஓடி வந்தான்.

'பெரம்பூர் பஸ் இந்தப் பக்கம் வருங்களா?' என்று விசாரித்த வரை,

'இந்த பக்கம் ஒரு ஆளு ஓடுனான்னாய்யா?'

'அதோ எதுக்கால ஓடறான் பாருங்க. பாய்ட் அடிச்சானா வாத்யாரே?'

பூந்தமல்லி நெடுஞ்சாலையில் சுறுசுறுப்பான போக்குவரத்து நேரம். அதில் தலை தெறிக்க அவன் ஓடிக்கொண்டிருந்தான். சாலையின் முதுகெலும்புபோல் இருந்த இடைத் தடையை தாவிக் குதித்து எதிர்ச் சாரியில் ஒலிம்பிக் ஓட்டக்காரன்போல ஓடினான். அவனுக்கு இணையாக இந்தப் பக்கம் வஸந்த் ஓட அவன் நிற்க, இவன் நிற்க, வஸந்த் மோட்டார் சைக்கிளை நிறுத்தி 'போலீஸ்! இறங்கு' என்று வாகனத்தைப் பிடுங்கிக் கொண்டு இணைப் பாதையில் அவனைத் துரத்தினான். அவன் ஓடும் பஸ்ஸில் ஏறி னான். வஸந்த் குறுக்கே தாவி தடை மேல் ஏற்றி பஸ்ஸைத் துரத்த, வாகனங்களின் க்ரீச்சும் ஆட்டோக்கள் குடை சாய்ப்பும், ஒரு வேன் 180 டிகிரி திரும்ப தார்ரோடில் ஓடிய பாலாறும்...

வஸந்த் அடுத்த சிக்னலில் மோட்டார் சைக்கிளைப் புறக் கணித்து, பஸ்ஸில் ஏறி அவன் காலரைப் பிடித்துத் திருப்பினான்.

இவனை எங்கே பார்த்திருக்கிறேன்!

'செல்லப்பா!' என்று அவனுள் ஒரு மின்னல் பளிச்சிட்டது.

அதனிடையில் அவன் கவனம் சற்றே கலைந்துவிட-

செல்லப்பா தன் சட்டையைக் கழற்றிக் கிழித்துத் துறந்துவிட்டு பாய்ந்து எதிர் திசையில் ஓடும் பஸ்ஸில் ஏறிப்போய்விட்டான். வஸந்தால் அவனை மறுபுறம் சென்று துரத்த முடியவில்லை. அந்த பஸ் மேம்பாலம் ஏறி இடதுபுறம் எக்மோர் பக்கம் திரும்பி அதற்குமேல் மற்ற வாகனங்கள் பஸ்ஸை மறைத்துவிட்டன. வஸந்தாலேயே ஏற்பட்ட ட்ராஃபிக் ஜாம் தடுத்தது.

கான்ஸ்டபிள்களின் விசில்கள் பறந்தன. நகரமே ஆரன் அடித்தாற்போல் அமர்க்களம்.

'யார்பா அந்தாளு?'

'பட்டப்பகல்ல குத்திட்டு ஓடிட்டான்யா' என்றான் வஸந்த்.

'போலீஸ்ல சொல்றதுதானே?'

'இல்லை, லெட்டர் போடறேன்' என்று அவனை வெறுப்புடன் பார்த்தான்.

கையில் செல்லப்பாவின் சட்டை மட்டும் கந்தலாக இருந்தது.

வஸந்த் சோர்ந்து திரும்ப வந்தபோது

க்ளினிக் ஏறக்குறையக் காலியாக இருந்தது. 'என்ன ஆச்சு ப்ரேர்ணாவுக்கு'

'பக்கத்திலேயே ஆஸ்பத்திரில எமர்ஜென்சிக்கு கூட்டிட்டு போய்ட்டோம்' என்றாள் அந்தப் பெண். 'கூட உங்க நண்பரும் விஜேயும் போயிருக்காங்க.'

'உசிரு போகலையே.'

வஸந்த் அந்தத் தனியார் மருத்துவமனைக்குச் சென்றபோது, எமர்ஜென்சியிலிருந்து கணேஷும் டாக்டர் விஜயரத்தினமும் மற்றொரு சர்ஜனுடன் வெளிப்பட்டனர். அவர் பெயர் டாக்டர் குப்தா என்று வெள்ளை அங்கியில் எழுதியிருந்தது. தமிழ் பேசினார்.

'நல்ல வேளை பல்மோனரி ஆர்ட்டரி அயோர்ட்டா எதிலயும் டேமேஜ் ஆகலை. நெக்ல ஒரு வெய்ன் பர்ஃபரேட் ஆயிருக்குது. காத்து ரத்தத்துல கலக்காம பாத்துகிட்டா ஹார்ட்டுக்குப் போனாலும் ஆபத்தில்லை. பிளைச்சுருவாங்க.'

'என்ன ஆச்சு?'

'பிளட் கொடுத்துகிட்டிருக்காங்க. வெய்ன் அடைச்சுட்டாங்க. எமர்ஜென்ஸி சர்ஜரி பண்ணப்போறாங்க. நீ என்ன பண்ணே? புடிச்சியா அவனை?'

'தப்பிச்சிட்டான் பாஸ். செல்லப்பான்னு ஒரு பைத்தியக் காரனைப் பத்திச் சொன்னனே, அவன்தான்.'

'முகம் ஞாபகம் இருக்கா.'

'மறக்கவே மாட்டேன்.'

'கைல என்ன.'

'அவன் சட்டை.'

'மாட்டை விட்டுட்டு தும்பு. ஏன்டா சிம்பிளான மேட்டர், ஒரு ஓடற ஆளை துரத்தறது பிடிக்கிறது! சொதப்பிட்டியே'

'ஆமாம் சிம்பிள் மேட்டர். 'பூந்தமல்லி ஹைரோட்டில் பீக் அவர் ட்ராஃபிக்ல கன்னாபின்னான்னு எப்படி ஓடினான் தெரியுமா? அத்தனைக்கும் மோட்டார் சைக்கிள் வெச்சுத் துரத்தினேன்.'

'ஐ திங் வி ஷுட் கெட் எ கன். லைசென்ஸ் இருக்கு, புதுப் பிக்கலை.'

'சட்டைல ஏதாவது இருக்கா பார்க்கலாம். வெச்சிக்க. இப்ப முதல் ப்ரையாரிட்டி ப்ரேர்ணா. வாங்க இன்பா!'

இன்ஸ்பெக்டர் இன்பா அப்போதுதான் வந்து இறங்கியிருந் தாள். 'மோர் ட்ரபிள் வஸந்த்?'

மனோன்மணி மருத்துவமனையில் வஸந்த்தும் டாக்டர் விஜயரத்தினமும் உள்ளே சென்றனர்.

'என்ன ஆச்சு கணேஷ்?' என்றாள் இன்பா உடன் நடந்து கொண்டே.

'இவளை டாய்லட்டில் ஒரு ஆள் தாக்கறான் கத்தி வெச்சி.'

'இறந்துட்டாங்களா?'

'இல்லை தப்பிச்சுட்டாங்க? வெட்டுக்காயம்.'

'எங்க?'

'கழுத்துல. வஸந்த் அந்தாளைத் துரத்திப் பார்த்தான். ஓடியே போய்ட்டான்.'

'பழி வாங்கலா இருக்குமா? பாபுவுடைய ஆட்கள்.'

'தியரி எல்லாம் இருக்கட்டும். முதல்ல அவ உயிர் பிழைக்கட்டும். நிறைய ரத்தச் சேதம்.'

இதற்குள் சம்பவம் பற்றி செய்தி பரவிவிட, பத்திரிகை, டிவிக் காரர்கள் சூழ்ந்துகொண்டனர்.

‘முதல்ல அவங்களுக்கு ப்ரொட்டெக்ஷன் கொடுங்க. இவங் களை நீங்க சமாளிங்க.’

ஆஸ்பத்திரி லாபியில் இருந்த நாலைந்து இருக்கைகள் அந்தக் கூட்டத்துக்குப் போதவில்லை. இன்பாவும் கணேஷும் வெளியே வந்தபோது பளிச் பளிச்சென்று போட்டோக்கள் எடுக்கப்பட்டன. ‘மேடம் அவங்க கண்டிஷன் எப்படி இருக்கு?’

‘சீரியஸ், அவுட் ஆஃப் டேஞ்சர்.’

‘செத்துட்டதாச் சொல்றாங்களே?’

‘இல்லை.’

‘முகம் பூரா வெட்டுக்காயமாமே?’

‘இல்லை. கழுத்தில் லேசா ஒரு ரப்ச்சர்.’

‘பாக்கலாமா?’

‘இப்பப் பாக்க முடியாது. அனுமதி இல்லை.’

‘இவங்க நடிக்கிற சீரியல் எல்லாம் என்ன ஆறது?’

‘பிழைச்சு வந்தப்புறம் தொடரும்.’

‘அதுவரைக்கும்?’

வஸந்த் வந்திருந்தான்.

‘என்ன... கதாநாயகி அமெரிக்கா போறதாக் கதையை மாத்திக் கலாம்’ என்றான் வஸந்த்.

‘மேடம் இன்பா, இது ஒரு பம்பாய் மாஃபியா வேலை. பழி வாங்கல்தான் உள்நோக்கம். ரெண்டு நெட்வொர்க்குக்கு இடை யில் உள்ள போட்டியினால் ஏற்பட்டதுன்னு ஒரு வாரப் பத்திரிகையில ரிப்போர்ட் வந்திருந்ததே, அதைப் பற்றி என்ன சொல்றீங்க?’

எல்லோரும் இன்பாவைப் பார்க்க, ‘அப்படி எங்களுக்கு சந்தேகப்படும்படி ஆதாரங்கள் ஏதும் கிடைக்கலை. இது ஒரு

கொலை முயற்சி என்பதில் சந்தேகமில்லை. கொலை செய்து ஓடின அந்த ஆளைப் பலர் பார்த்திருக்கிறார்கள். சீக்கிரம் அவனைக் கண்டுபிடித்துவிடலாம்.'

இப்போது ஒரு பெண் நிருபி, 'வஸந்த் உங்களைத் தனியா ஒரு பேட்டி எடுக்கலாமா?'

'லாம்'

'மெக்சிகோ சலவைக்காரி ஜோக்கை நம் வாசகர்களுக்குச் சொல்ல முடியுமா?'

'இங்கயா? இந்தச் சந்தர்ப்பத்திலயா? ப்ரேர்ணா உசுருக்கு ஊசலாடிக்கிட்டு இருக்கற சமயத்திலயா?'

'வஸந்த், நான் சொல்றேன் கேளுங்க. இது எல்லாம் பாவ்லா ப்ளே ஆக்டிங். அந்தம்மா ஏகப்பட்ட சீரியலுக்கு கமிட்மெண்ட் கொடுத்துட்டு தப்பிச்சுக்கறதுக்காக இது ஒரு ஸ்டண்ட்னு சொல்றாங்க.'

வஸந்த் மேல் சட்டையைக் கழற்றிக் காட்டி,

'இது என்னது?'

'ரத்தக்கறை.'

'லிப்ஸ்டிக் கறையில்லையே? மனிதாபிமான உணர்ச்சிகளை வீட்டில களட்டி வெச்சுட்டு பேட்டி எடுக்காதிங்க!'

'எப்ப சொல்வீங்க?'

'என்ன?'

'அந்த ஜோக்கு!'

'சே, இந்த ஜெனரேஷனே புரியலை. நீங்கள்லாம் வேற்று கிரக மனுசங்களா? வாங்க ப்ரேர்ணாவைக் காட்டறேன்!'

அவர்கள் எமர்ஜென்சிக்குச் சென்றபோது ப்ரேர்ணா அங்கு இல்லை. சர்ஜரி கொஞ்சம் சிக்கலாக இருந்ததால் அப்போலா வுக்கு பின் வழியாக எடுத்துச் செல்லப்பட்டிருந்தாள்.

'சொன்னேன் பார்த்தீங்களா எல்லாம் பாவ்லா! இன்னேரம் அவங்க பெங்களூர் போயிருப்பாங்க!'

அந்தப் பிடிவாத நிருபியை அனுப்ப ஒரே ஒரு வழிதான் இருந்தது வஸந்த்துக்கு. 'நீங்க என்ன கேட்டிங்க, மெக்சிகோ சலவைக்காரி ஜோக்தானே?'

'ஆமா' என்றாள் ஆர்வத்துடன்.

'சொல்றேன் மெக்சிகோ நாட்ல ஒரு இளம் பெண் ஆத்தங்கரைல துணி துவைச்சுகிட்டு இருந்தா...'

அவன் சொல்லி முடித்ததும் அந்தப் பெண் கன்னத்தில் ரத்தம் பாய,

'மிஸ்டர் வஸந்த் எப்படி உங்களுக்கு ஒரு பெண்கிட்ட இந்த மாதிரி ஜோக்லாம் சொல்ல வரது. உங்களுக்கு அக்கா தங்கச்சி அம்மா இல்லையா?'

'நீங்கதான் கேட்டிங்க, சொல்லு சொல்லுன்னு!'

'நான் வரேன் குட்பை!' என்று அவள் வேகமாகப் புறப்பட்டாள். அப்போது இன்பா வந்து, 'என்ன அந்த ரிப்போர்ட்டர் அழுதுகிட்டே போறாங்க, திட்டினிங்களா வஸந்த்?'

'இல்லை ஜோக் சொன்னேன்.'

'கணேஷ் சொன்னார், ப்ரேர்ணாவை குத்திட்டு போன ஆளை உங்களால அடையாளம் காட்ட முடியும்னு.'

'நிச்சயம். அவன் பேரு செல்லப்பா. அதான் எங்கிட்ட சொன்ன பேரு.'

'ஒரு டிஸ்கிரிப்ஷன் வேணும். எஃப் ஐ ஆர் பதிவு செய்யறதுக்கு முன்னாடி நீங்க சாயங்காலம் போலீஸ் ஸ்டேஷனுக்கு வரீங்களா?'

'தாராளமா. செல்லப்பாவைப் பிடிச்சுருவிங்களா மேடம்?'

'நிச்சயம். அவன் விட்டுப்போன கத்தி காம்பவுண்டுக்குள்ள கிடந்தது. நிறைய ப்ரிண்ட்ஸ் இருக்குது.'

'செல்லப்பாவைப் பிடிச்சா பாபுவுடைய கொலையையும் சால்வ் பண்ணிரலாம்னு நினைக்கிறேன்.'

‘சனிக்கிழமைக்குள்ள பிடிச்சுரணும்னு டிஸி சொல்லியிருக்கார்.

‘அதுக்கு நான் எல்லா ஒத்துழைப்பையும் தரத் தயாரா இருக்கேன். இரவா பகலா பாராமல்.’

வஸந்தின் பேஜர் அப்போது அகவியது.

‘அடுத்தது இன்பா’ என்று செய்தி அதில் இருந்தது.

15

'என்ன ஒரு மாதிரி பாக்கறிங்க வஸந்த்? பேஜர்ல எதாவது துக்கச் செய்தியா?'

வஸந்த் அதை அவளிடம் காட்டினான். அவள் முகத்தில் எந்தவிதச் சலனமும் தென்படவில்லை. பயம் இருந்தாலும் அதைச் சாமர்த்தியமாக மறைக்கிறாள் என்பது தெரிந்தது.

'அடுத்தது நானா? இண்ட்ரஸ்டிங். எப்படிக் கொல்லப் போறான்னு செய்தி வந்தா, ஃபோன் பண்ணுங்க.'

'இன்பா, உங்களுக்கு தைரியலட்சுமின்னு இன்னொரு பேரா?'

'இதெல்லாம் போலீஸ் வேலைல வழக்கமா நிகழறதுதானே?'

'ஏன் உங்க கை லேசா நடுங்குது.'

'இல்லியே, பாருங்க.'

'நடுங்கறாப்பல இருந்துச்சு. இன்பா எதுக்குப் பாசாங்கு? போலீஸ்கிட்ட சாதாரண மனிதர்களால விளையாட முடியாதுன்னு தெரியும். ஆனா இந்தாளு ஒரு மேனியாக் மாதிரி தோணுது. முழியே சரியில்லை. எந்தச் சமயத்தில் எப்படி வந்து எப்படித் தாக்குவான்னு சொல்ல முடியாது. எதுக்கும் நீங்க கொஞ்சம் ஜாக்கிரதையா இருங்க. உங்க தம்பி மாதிரி சொல்றேன்.'

இன்பா வஸந்த்தை ஏளனமாகப் பார்த்தாள். 'சரி தம்பி! என்னை விடப் பத்து வயசு மூத்தவங்கல்லாம் தம்பி! என் நேரம்! கணேஷுக்காக உங்களை சகிச்சுக்க வேண்டியிருக்கு. இல்லே இன்னேரம் உங்களை நியூசென்ஸ் கேஸ்ல புடிச்சுப் போட்டிருப்பேன்.'

'ப்ரேர்ணாவைக் கொல்ல இன்னொரு முயற்சி இருக்கும். அதுக்கும் பாதுகாப்புக்கு ஏற்பாடு பண்ணச் சொல்றேன். ப்ரைவேட்டா உங்க பத்திரத்தையும் பாத்துக்கங்க. உங்க மாதிரி கடமை உணர்ச்சி உள்ள அழகான போலீஸ் அதிகாரிங்க நம்ம நாட்டுக்குத் தேவை. என்ன... கொஞ்சம் அரஸ்ட் பண்ண அவசரப்படறீங்க. அவ்வளவுதான்.'

'உங்க ஸ்டேட்மெண்ட்ல 'அழகான'தான் உறுத்துது. இந்த செல்லப்பாங்கறவனை எப்படி ட்ரேஸ் பண்றது? ஐடி கிட் வரைஞ்சு பாக்கலாமா!'

'முதல்ல கணேஷைக் கேக்கலாமா?'

கணேஷ் ஐ.சி.யு.விலிருந்து வந்திருந்தான்.

'அபாயம் நீங்கிருச்சு, உயிருக்கு ஆபத்தில்லை' என்றான். ஒரு சிகரெட் பற்றவைத்துக்கொண்டான். இன்பா அவனை ஆச்சரியமாகப் பார்த்து, 'நீங்க சிகரெட் குடிப்பீங்களா கணேஷ்?'

'எப்பவாவது ரொம்ப டென்ஷனா இருக்கறப்ப.'

'பாஸ், மற்றொரு பேஜர் செய்தி. அடுத்து இன்பா மேடம்னு.'

'அப்படின்னா?'

'அடுத்தது அந்தாளு இவங்களைத்தான் கொலை பண்ணப் போறானாம். கழுத்து அளவு கேட்டிருக்கான்.'

கணேஷ் வஸந்த்தை முறைத்துப் பார்த்து 'யூ ஆர் மார்பிட் ரா!''

'பேஜர்ல வரான், செல்போன்ல செய்தி அனுப்பறான், இண்டர்நெட்ல அனுப்பறான். நிச்சயம் அந்தாளு ஹைடெக் சம்பந்தப்பட்டவனா இருக்கணும்.'

'யாரு?'

‘செல்லப்பா.’

‘வஸந்த், நான் பார்த்தவரை அவன் ஒரு அரை கிராக்கு மாதிரி இருந்தான். குடுமி, ரப்பர் பாண்ட், காதில கடுக்கன், ‘பாப்பாவுக்கு பரிபூரண போஷாக்கு’ன்னு விளம்பர வாக்கியம் எழுதறவங்கள்லாம் வேணும்ட்டே தோற்றமளிப்பாங்களே, இன்டெலக்சுவல் லுக்!’

‘பேஜர் கம்பெனில விசாரிக்கலாம்’ என்றாள் இன்பா.

‘என்ன கேப்பிங்க?’

‘பேஜர்ல செய்தி அனுப்ப என்ன செய்யணும்னு.’

‘தமிழ்ல வந்தது’ என்றான் கணேஷ்.

‘ஆமாங்க. இப்பல்லாம் கஸ்டமர்களைக் கவர எல்லாரும் தமிழ்ல செய்தி அனுப்பலாம்னு ஒரு போட்டி.’

‘மொத்தம் எத்தனை பேஜர் கம்பெனிகள் இருக்கு சென்னைல.’

‘ரெண்டு அல்லது மூணுதான் இருக்கும். கவர்மெண்ட் அவங்களுக்கு லைசென்ஸ் கொடுத்திருக்காங்க. எஃப்.எம் ரேடியோல கூட பேஜர் சர்வீஸ் வெச்சிருக்காங்களாம்.’

கணேஷ் ‘பேஜர், செல் ரெண்டும் கொடுக்கற கம்பெனி இருக்குதா பாருங்க. அதில முதல்ல விசாரிங்க.’

‘இண்டர்நெட்?’

‘நெட்ல யாரு வேணா செய்தி அனுப்பலாம். அதை விட்டுருங்க.’

‘சரி விசாரிக்கிறேன். கணேஷ், வஸந்த் உங்களுக்கு பாதுகாப்பு வேணுமா?’

‘வேணாங்க. ஆறுலயும் சாவு, போர்லயும் சாவு, மோர்லயும் சாவு. என் நண்பன் ஒருத்தன் புரசைவாக்கத்தில் மோர் வாங்கி குடிச்சுக்கிட்டிருந்தான். சட்டுனு மூக்குல கருவேப்பிலை புகுந்து திணறிப்போய் போய்ட்டான். காஸ்டனேடா டெத்தைப் பத்திச் சொல்லியிருக்கார், அது நம்ம இடது கைக்கு அருகிலேயே இருக்குன்னு.’

‘புரியல’

‘புரியல? இப்ப இந்த அழகான லைட்டு இருக்குது. எல்லா லைட்டும் சரியா இருக்குதா? ஆயிரத்தில் ஒண்ணு பழுதா இருக்கு. அது இதுவா இருந்துட்டா, அதை தொட்டம்னா ஷாக் அடிச்சு...’

வஸந்த் அந்த விளக்கைத் தொட்டு நாக்கை நீட்டி மயக்கம் போல கண்ணை மூடிக்கொண்டு விழுந்து எழுந்தான். ‘காஸ்டனேடா வின் உடனடி மரணம் இடது கைக்கு அருகேயே இருக்கு.’

‘காஸ்டனேடாவும் படிப்பீங்க, மெக்சிகோ சலவைக்காரி ஜோக்கும் சொல்வீங்களா?’

‘கேட்டுட்டிங்களா?’

‘கேக்காம இருக்க முடியலை’ என்றாள் இன்பா. ‘பேட் டேஸ்ட்!’

மறுதினம் கோர்ட்டில் நரசிம்மனின் வழக்கு குறுக்கு விசாரணை தொடர்ந்தது. டாக்டர் கோஷ் என்பவரை விசாரிக்க வேண்டி யிருந்தது.

‘நீங்க நிச்சயம் கதிரேசனைப் பாத்திங்க, இல்லையா டாக்டர்?’

‘பாத்தேன்.’

‘டி.வி.ல சித்தார்த் பாசுவுடைய க்விஸ் ப்ரோக்ராம் பாக்கற துண்டா?’

‘பாத்திருக்கலாம். என்ன அது?’

‘ஒரு படத்தைக் கொஞ்ச நேரம் காமிப்பார். அதில் இருக்கற பொருள்களைப் பத்தி கேள்வி கேட்பார்.’

‘ஆமாம், மெமொரி ரிட்டென்ஷன் டெஸ்ட்டு.’

‘எனக்கு ஞாபகம் இருக்கு. ஒரு அறையினுடைய படத்தைக் காட்டிட்டு, கண்ணாடி எங்க மாட்டியிருந்ததுன்னு கேட்டார். அத்தனை பேரும் சுவத்தில் இருந்தது, மேசைமேல இருந் ததுன்னு விதவிதமாப் பதில் சொன்னாங்க. ஆனா உண்மை என்னன்னா, படத்தில் கண்ணாடியோ சாமி படமோ இல்லை. அதை யாருமே சொல்லலை. அதனால...’

‘அதனால?’

‘நீங்க நிசமாப் பாத்ததையும் சஜஷனாப் பாத்ததையும் போட்டு குழப்பறீங்கன்னு நினைக்கறேன்.’

‘நீங்க கதிரேசனைப் பாத்ததாச் சொன்னது, இந்தக் கண்ணாடி அல்லது சாமி படம் மாதிரி கற்பனை பண்ணிகிட்டதான்னு கேக்கறார்...’ என்று நீதிபதி விளக்கினார்.

கோஷ் தன் கைக்குட்டையை எடுத்து முகத்தை துடைத்துக் கொண்டார். அதுபோதும் கணேஷுக்கு.

‘கை குடுங்க பாஸ். டாக்டர் ரொம்பக் குழம்பிட்டார். இந்த உதாரணத்தை எங்க புடிச்சீங்க!’

‘புரபசர் ஹுகோ மன்ஸ்டர்பர்க் உடைய ‘ஆன் தி விட்னஸ் ஸ்டாண்ட்’னு ஒரு புத்தகம் இருக்கு. அதில் படிச்சேன். ப்ரேர்ணாவைப் பாத்தியா?’

‘பாத்தேன். மச் பெட்டர். கழுத்த மூடிக்கிட்டு ஷுட்டிங் போகலாம்ங்கறா! ப்ளாஸ்டிக் சர்ஜன் ரிமார்க்கபிள் ஜாப் பண்ணிருக்கார்! தழும்பே தெரியாதாம். வேற எங்கருந்தோ தோல் எடுத்து வெட்டி ஒட்டிட்டார். பாஸ், ஒருத்தன் பெண் டாட்டியோட முகத்துல திருப்தியே இல்லைன்னு கம்ப்ளைண்ட் பண்ணிகிட்டே ப்ளாஸ்டிக் சர்ஜன்கிட்ட போனானாம்.’

‘எனக்கு உன் ஜோக்கு ஏதும் வேண்டாம்.’

‘பாஸ், ஒரு முக்கியமான தகவல் கிடைச்சுது. ப்ரேர்ணாவுடைய இறந்துபோன கணவன் சந்தர் ஏழெட்டு வேலையில் இருந்தா னில்லை? அதில ஒண்ணு ‘டிஜிட்டல் வேவ்ஸ்’ன்னு ஒரு கம்பெனி.’

‘பேஜர் கம்பெனியா?’

‘இல்லை.’

‘செல் கம்பெனியா?’

‘இல்லை. சாஃப்ட்வேர் எழுதறவங்களாம்.’

‘செல்லப்பாவை அங்க தேடு.’

‘விசாரிச்சுட்டேன். செல்லப்பாங்கற பேர் உள்ளவங்களோ அங்க அடையாளம் உள்ளவங்களோ யாரும் இல்லை. இன்பா மேடம் ஒரு ஐடி கிட் வரையறதுக்கு ஒத்தாசை கேட்டிருக்காங்க.’

‘இதில எதாவது பலன் இருக்கா இன்பா?’ என்று கேட்டான் வஸந்த்.

‘நான் பயன்படுத்தினதில்லை. எனக்கும் முதல் முறை.’ வஸந்த் கமிஷனர் அலுவலகத்தின் அனெக்ஸில் இருந்த வயர்லஸ் செண்டர் அருகில் ஒரு ஏசி அறையில் கம்ப்யூட்டர் டெர்மினலின் முன் காளிதாஸ் என்ற சிஸ்டம் ஆசாமியுடன் வீற்றிருந்தான். டெக் நிறுவனத்தின் பத்து பதினைந்து மீசைகளைக் காண்பித் தார்கள். இருபது மூக்கு, பதினாறு தாடைகள், இருபத்தோரு நயன ஜோடிகள், முப்பது உதடுகள்.

இவற்றில் செல்லப்பா போல இருப்பதாகத் தோன்றியவற்றைத் தேர்ந்தெடுத்தான். கம்ப்யூட்டர் அவற்றைக் கலந்து கூட்டி முகம் வரைந்தது.

‘இப்படியா இருந்தான்?’

‘ம்ஹூம். நவாஸ் ஷெரிப் மாதிரி இருக்கு! செல்லப்பா இப்படியே இல்லை.’

‘காதில் கடுக்கன் போடுங்க’ என்றாள் இன்பா.

‘முகத்தைக் கொஞ்சம் ஒல்லியாக்குங்க’

‘இப்ப பாருங்க.’

ஒரு வழியாக செல்லப்பா போல ஒரு முகம் பண்ணிக் கொடுத்தது கணிப்பொறி. அதை ப்ரிண்ட் எடுத்தார்கள்.

‘இதை எல்லா போலீஸ் ஸ்டேஷன்களுக்கும் அனுப்புங்க காளிதாஸ்.’

வெளியே வந்தபோது கோடை மழை ஒரு அவசர ஷவராக உதிர்ந்து உஷ்ணத்தைக் கிளப்பிவிட்டு மறைந்திருந்தது.

‘இன்பா, உங்களை யூனிஃபார்ம்ல இல்லாம ஒரு முறை பார்க் கணும்’ என்றான் வஸந்த்.

‘ஞாயிற்றுக்கிழமை வீட்டுக்கு வாங்களேன், மந்தவெளியில் இருக்கேன்.’

‘உங்களுக்குக் கல்யாணம் ஆயிருச்சா?’

‘வாங்களேன், சொல்றேன்.’

‘கணேஷைப் பத்தி என்ன நினைக்கறீங்க?’

‘ரொம்ப லேடரல் ஆக திங்க் பண்றாரு.’

‘எல்லாம் மீனு.’

‘நானும்தான் மீன் சாப்படறேன்! அவருக்குக் கல்யாணம் ஆயிருச்சா.’

‘இல்லை.’

‘ஏன்?’

‘சில சமயம் நேரம் இல்லைம்பாரு; சில சமயம் ஒரு கிளாஸ் பியர் அடிக்கக் கடையையே வாங்கணுமாம்பாரு.’

‘செக்ஸ் உங்களுக்கெல்லாம் முக்கியம்தானே?’

‘யாருக்குத்தான் முக்கியமில்லை.’

‘எனக்கு இல்லை.’

‘ஏன்?’

‘நான் கல்யாணம் பண்ணிக்கிட்டா என் தங்கச்சியை பார்த்துக்க யாரும் இல்லை.’

வஸந்த் இன்பாவைச் சற்று மரியாதையாகப் பார்த்தான். ‘சாரிங்க, உங்ககிட்ட ஜோக்கெல்லாம் பண்ணிகிட்டு கலாட்டா பண்ணிகிட்டு இருந்திருக்கேன்.’

‘ஞாயிற்றுக்கிழமை வாங்க, என் தங்கையைச் சந்திக்க. பை!’

ஜீப்பில் ஏறிச்சென்ற இன்பாவை, ‘இந்தப் பெண்ணை காதலிக்கலாமா’ என்பதுபோலப் பார்த்தான். சட்டென்று ஒரு யோசனை தோன்றியது.

16

'பாஸ் ரொம்ப நாளாத் தேடிக்கிட்டிருந்த ஒரு கேள்விக்கு விடை இன்னைக்கு கிடைச்சிருச்சு' என்றான் வஸந்த்.

கணேஷ் கண்ணாடியில் கவனமாக ஷேவ் செய்து கொண்டிருந்தான்.

'என்ன கிடைச்சுது?'

'உங்க எதிர்கால மனைவி.'

'என்னது?'

'உங்களுக்கு எல்லா விதத்திலும் பொருத்தமான ஜோடி இன்ஸ் இன்பா!'

'அப்படியா? வஸந்த், இந்த ஷேவிங் கிரீமை இனி வாங்காதே. ஹெர்பல்னு சொல்லி நுரை வரத்துக்குள்ள நரை வந்துரும் போல.'

'பாஸ், நான் உங்க வாழ்க்கையைப் பத்திப் பேசிக்கிட்டிருக்கேன். ஹெர்பல் க்ரீம்ல நுரை வரலைங்கறீங்களே, நியாயமா?'

'இப்ப என்ன திடீர்னு என் வாழ்க்கையைப் பத்திக் கவலை?'

'சீனியர், உங்களுக்கு முன்னால நான் கல்யாணம் பண்ணிக்கிட்டா ஊர் உலகம் என்னை ஏசாதா?'

'ஏசாது.'

'என் மனசுக்கேத்த அண்ணி கிடைச்சுட்டாங்களே... ஜோக்ஸ் அபார்ட், இன்பாதான் உங்களுக்கு எல்லாவிதத்திலும் பொருத்த மானவங்கன்னு எனக்கு பட்சி சொல்லுது.'

'போலீஸ்காரியை கட்டிக்கிட்டா ட்ராஃபிக் டிக்கெட்லருந்து தப்பிக்கலாம்னா?'

'அதில்லை பாஸ், இன்பா உங்களை பத்தி விசாரிக்கிறபோது கண்ணு பெரிசாகுது. சின்னதா ஒரு படபடப்பு, இமைத் துடிப்பு எல்லாம் வெளிப்படையா தெரியறது. லேசா மார்பகம் விம்மித் தணியுது.'

'எதாவது அலர்ஜியா இருக்கும்.'

'இல்லை பாஸ். காதலின் ப்ரிலிமினரி சிம்டம்ஸ் - ஆரம்ப அறிகுறிகள். கணேஷ்க்கு கல்யாணம் ஆயிருச்சான்னு 3 தடவை கேட்டாச்சு.'

'ஆகலை, அவர் கல்யாணம் பண்ணிகிட்டு தன்னுடைய வாழ்க் கையை இன்னமும் சிக்கலாக்கிக்கொள்ள விரும்பலைன்னு சொல்லிட்டல்ல.'

'சொல்லியாச்சு.'

'ஆளை விடு! பாரு வஸந்த், காதல் பண்ணவோ கல்யாணம் பண்ணவோ எனக்கு உன் உதவி தேவையில்லை. எனக்கு செக்ஷன் 100, 103 சி.ஆர்.பி.சி. கைட்லைன்ஸ் என்ன சொல்லுது, அதுலதான் உன் உதவி தேவைப்படுது.'

'ஒரு வீட்டில் ஸர்ச் பண்றப்ப மரியாதைக்குரிய ஆளு லொக்கா லிட்டிலிருந்து ரெண்டு பேராவது கூட இருக்கணும். லிஸ்ட் எடுக்கணும், செக்ஷன் 100 மூணாவது பாராப்படி ஒரு ஆள்கிட்ட ஸர்ச் பண்ணா வாட் த ஹெல்... பாஸ் இது நிச்சயமா அக்மார்க் காதல்... கண்லயே தெரியுது.'

'வஸந்த், நீ எல்லை மீறிப் போற!'

'செக்ஷன் 100, 103 எல்லாம் என்னைக்கும் இருக்கும். காதல் மீஸில்ஸ் மாதிரி வாழ்க்கைல ஒரு முறைதான் வரும்.'

'வஸந்த்!'

'ஞாயிற்றுக்கிழமை உங்களை வீட்டுக்கு கூப்ட்டிருக்காங்க. போலாமில்லை?'

'போய்ட்டு வா.'

'சரியான முசுடு பாஸ் நீங்க. உங்களை விரும்பிய ஒரே ஒரு பெண் வந்தா.'

'வஸந்த், எனக்கு கல்யாணத்துக்கு தேவை ஏற்படலை. நீ வேணும்னா பண்ணிக்க. என்ன ஆச்சு பாண்டிச்சேரில? ஒரு பெண்ணை பயங்கரமா சுத்திகிட்டிருந்தியே.'

'ஆசிரமத்தில சேர்ந்துருச்சு பாஸ். சுவாமி அரோபிந்தோவுடைய சாவித்ரியை நெட்டுருப் போட்டுட்டு வா பண்ணிக்கி றேன்னுச்சு.'

'நெட்டுரு பண்றது.'

'பதினெட்டாயிரம் பாட்டுக்கள்! பாஸ், ஹேவ் எ ஹார்ட்!'

ஜீப் வாசலில் வந்து நிற்க, இன்பா உள்ளே வந்தாள்.

'சொன்னேன் பாத்தீங்களா, இருப்புக் கொள்ளலை.'

'இன்பா உள்ளே வரும்போது 'என்ன சொன்னீங்க வஸந்த்?'

'ஒண்ணுமில்லை. எங்க கேஸைப் பத்தி.'

'இல்லை இன்பா. வஸந்த் மழுப்பறான். உங்களுக்கு என்மேல காதலாம். அதனாலதான் அடிக்கடி விசாரிக்க வரீங்களாம்.'

வஸந்த், 'பாஸ்?' என்று அதட்ட,

இன்பா 'அப்படியா சொன்னார் வஸந்த்' என்றாள் யதார்த்தமாக.

'நான் வந்தது காதலப் பத்தி பேச இல்லை. அன்னைக்கு ப்ரேர்ணாவைக் குத்திட்டுப் போன செல்லப்பாவைத் துரத்தும்போது கைல அகப்பட்ட சட்டையோட கிழிசல் இருக்குதான்னு கேக்க வந்தேன்.'

'இருக்கு.'

கணேஷ், 'அதான பார்த்தேன். அது ஒரு முக்கியமான மெட்டீரியல் எவிடென்ஸ் ஆச்சே. அதை ஏன் நீங்க கேக்க வரலைன்னு ஆச்சரியமா இருந்தது.'

124

‘பாஸ் அதை எங்கயோ வெச்சேனே?’

‘டேபிள் ட்ராயர்ல இருக்குது.’

கணேஷ் அதை எடுத்துக் கொடுக்கும்போது, ‘இந்தச் சட்டை நுங்கம்பாக்கம் ஹைரோட்ல இருக்கிற வேர்ஹவுஸ்ல வாங்கினது. அங்க போய் விசாரிக்கலாம் நீங்க.’

இன்பா அவனை ஆச்சரியமாக பார்த்து... ‘எப்படிக் கண்டு பிடிச்சிங்க?’

வஸந்த், ‘அது ஒரு கலை’ என்றான். ‘பாஸ்க்கு ரஜினி மாதிரி ஐ பவர் உண்டு.’

‘அதெல்லாம் இல்லை. உள் பக்கத்தில லேபல் தெச்சிருந்தது.’

இன்பா வஸந்த் சொன்ன அடையாளங்களின்படி கம்ப்யூட்டர் வரைந்த படத்தின் பிரதியைக் காட்டினாள். ‘ஐடி கிட்ல பண்ணது. நிறைய பிரிண்ட்ஸும் கிடைச்சிருக்குது. கண்டுபிடிச்சுரலாம்.’

‘எப்படித் தெளிவா சொல்றிங்க?’

‘அடுத்தது நான்தான்னு பேஜர்ல செய்தி சொல்லிருக்கானே. எனக்காக அவன் வர்றப்ப, வஸந்த் மாதிரி தவற விடமாட்டேன்.’

கணேஷ் அவளை வினோதமாகப் பார்க்க வஸந்த், ‘யூ ஆர் வெரி ப்ரேவ்’ என்றான்.

‘ஐ திங் யூ ஆர் கேர்லஸ். தனியா எங்கேயும் போகாதீங்க. அதான் நான் அட்வைஸ் பண்ணுவேன்.’

வஸந்த், ‘பாத்திங்களா பாஸ்க்கு உங்கமேல அக்கறை’ என்றபடி அந்தப் படத்தை மறுபடி பார்த்து, ‘நாட் பேட் பாஸ். இப்பப் பாக்கறப்ப, அசப்பில் செல்லப்பா தெரியறான்!’

‘இது போதும் ஐடெண்டிஃபை பண்ண. கெஸ்டால்டங் படி மூளை பிம்பத்தை நிரப்பிடும்!’ என்றான் கணேஷ்.

‘இப்ப எங்ககூட அந்த சட்டைக் கடைக்கு வரீங்களா கணேஷ்?’

‘வஸந்த் போய்ட்டு வாடா.’

‘அவங்க உங்களைக் கூப்பிடறாங்க பாஸ்.’

இன்பா, 'நம்ம ரெண்டு பேரையும் ஜோடி சேக்கறாரு வஸந்த்' என்று சிரித்தாள். 'இது உங்க சைடு பிசினஸா வஸந்த்?'

'இல்லைங்க, என் சைடு பிசினஸ் ஏரோப்ளேன் ஓட்டறது.'

'டாய் ஷாப்லயா' என்றாள்.

கணேஷும் சிரித்துவிட்டு, 'சரி வரேன் ஒரு நிமிஷம்' என்றான்.

'இங்கே பக்கத்தில ஸ்டேஷனரி ஷாப் இருக்குதுங்களா? என் தங்கச்சிக்கு ஒரு நோட்டுப் புத்தகம் வாங்கணும்.'

'வழியில இருக்கு ஒரு ஸ்டேஷனரி கடை. ஸ்டேஷனரின்ன உடனே ஞாபகம் வருது. ஒருத்தன் ஒரு கடைக்கு போய் அங்கே இருந்த சேல்ஸ் பெண்கிட்ட, 'டு யூ கீப் ஸ்டேஷனரி?'ன்னு கேட்டானாம். அதுக்கு அவ, 'நிச்சயம் கடைசிவரைக்கும் நகரமாட்டேன். கடைசிலதான்' அப்படின்னாளாம்...'

கணேஷ் 'வஸந்த்' என்று அங்கிருந்து அதட்ட,

'என்ன ஜோக் இது. சத்தியமாப் புரியலை' என்றாள் இன்பா.

'புரியாதவரைக்கும் நல்லதுங்க' என்ற கணேஷ், வஸந்திடம், 'தனியா வா, உன்னைவெட்டறேன்' என்று கோபித்தான். 'வாங்க போகலாம். இவன் ஜோக் எதையும் கேக்காதீங்க.'

இரண்டு லெவல்களில் இருந்தது அந்த சட்டைக் கடை. குளிர்பதனிடப்பட்டு விட்டத்திலிருந்து சங்கீதம் கசிந்து கொண்டிருந்தது. குட்டையான ஸ்டாண்டுகளில் தொங்கிய ஹாங்கர்களில் நூற்றுக்கணக்கான சட்டைகளும் கால்சராய்களும் தொங்க,

'மே ஐ ஹெல்ப் யூ' என்றான் ஓர் இளைஞன்.

இன்பா சித்திரத்தைக் காட்டி, 'இந்தாளு இந்தக் கடைல ஒரு சட்டை வாங்க வந்திருக்கலாம். இவரைத் தெரியுமா?'

அவன் அதை பார்த்து 'திஸ் இஸ் நாட் எஃபோட்டோ' என்றான்.

'இல்லை இது கம்ப்யூட்டரில் ரீகன்ஸ்ட்ரக்ட் செய்தது.'

அவன் பயந்து 'செல்ஸ் போல இருக்கிறது. எதற்கும் மேனே ஜரைக் கேட்டு விடுங்கள். இது நான் இல்லை' என்றான்.

மேனேஜர் மாடியில் கண்ணாடி அறைக்குள் இருந்தார். அவரைச் சுற்றிலும் அடுக்கடுக்காகப் புதுச் சட்டைகள் லேபல் ஒட்டக் காத்திருந்தன. கணேஷுக்குப் பரிச்சயம் இல்லாத கடவுள் படம் மாட்டியிருந்தது. கம்ப்யூட்டர் டெர்மினல் இருந்தது. 'ஐம் தெஹலியானி. வாட் கன் ஐ டு ஃபார் யு?'

'ஐ'ம் இன்ஸ்பெக்டர் இன்பா. திஸ் இஸ் கணேஷ். திஸ் இஸ் வஸந்த். லாயர்ஸ்.'

'உங்களை ஒரு ரோட்டரி லெக்சரில் கேட்டிருக்கிறேன். தட் வாஸ் ப்ரில்லியண்ட்.'

'இந்தச் சித்திரத்தைப் பாருங்கள். இது போட்டோ அல்ல. கம்ப்யூட்டரை வைத்துச் செய்தது. சுமாராக இந்தத் தோற்றமுள்ள யாரையாவது நீங்க பாத்திருக்கீங்களா?'

அவர் அந்தச் சித்திரத்தைச் சற்று நேரம் உற்றுப் பார்த்து, 'இதைப் பார்த்தால் செல்வரங்கம் போல இருக்கிறான். செல்ஸ் என்று கூப்பிடுவோம். ஹி வொர்க்ஸ் ஃபர் அஸ்.'

இன்பா பதற்றமில்லாமல், 'இப்போது கடையில் இருக்கிறாரா?'

'ஏன், எதாவது தப்பு செய்துவிட்டானா?'

'செய்திருக்கலாம். விசாரித்துக்கொண்டிருக்கிறோம்.'

'நல்ல பையனாச்சே. கம்ப்யூட்டரில் எனக்கு ஆக்ஸஸ் ப்ரோகிராம் ஒன்று அருமையாக எழுதிக்கொடுத்தான்.'

'இங்கே இப்போது இருக்கிறானா?'

'பார்த்துச் சொல்றேன். பேஸ்மெண்ட் ஷாப்பில் இருக்கலாம்' என்றவர் உள்தொடர்பு டெலிபோனை எடுத்து 'வஸந்தி, செல்ஸை மேலே என் கேபினுக்கு வரச் சொல்லு' என்றார்.

வஸந்த் கணேஷின் கரத்தை பற்றிக்கொள்ள, 'அவசரப்படாதே' என்றான் கணேஷ் மெதுவாக. பிறகு ஒரு சட்டையை எடுத்து 'ட்ரையல் ரூம் இருக்கிறதா' என்றான்.

'இருக்கிறதே. டவுண் தி காரிடர்.'

'இன்பா, இந்தச் சட்டையைப் போட்டுப் பாருங்கள்.'

'நானா?'

'நீங்கதான். சைஸ் சரியாக இருக்கிறதா பாருங்கள். உங்களுக்குப் பரிசாக் கொடுக்க விரும்பறேன்.'

இன்பா சட்டென்று புரிந்துகொண்டுவிட்டாள்.

'வஸந்த், நீயும் போடா.'

தெஹலியானி, 'சொல்லுங்க கணேஷ், வாட்ஸ் தி கேம்?'

கணேஷ், 'உங்க கம்ப்யூட்டரில் இண்டர்நெட் இணைப்பு இருக்கிறதா?'

'இருக்கிறது.'

வஸந்த் ட்ரையல் ரூமின் வாசலில் காத்திருக்கும்போது எதிர்ப்பட்ட அந்தப் பெண்ணிடம், 'உங்க பேர் வஸந்தி. எம் பேரு வஸந்த். என்ன பொருத்தம் பார்த்திங்களா... நீங்க டாரஸ்ஸா?'

'லிப்ரா' என்றாள்.

'லிப்ரா! வெரிகுட் சமன் செய்து சீர் தூக்கும் கோல் போல நீங்கள் நடுநிலையாக இருப்பிங்க. உங்களுக்கு நீல கலர் பிடிக்கும். சுண்டுவிரல்ல ஒரு மச்சம் இருந்தாகணுமே.'

'இல்லையே' என்று கையைக் காட்டினாள்.

'அப்ப தொப்புள்ள இருக்கணும்.'

'யூ வாண்ட் டு ஸீ?' என்றாள், கேலியா அதட்டலா என்று தெரியாத குரலில். அப்போது மெல்ல அலுமினியப் படிகள் ஏறி அவன் வருவதை வஸந்த் கவனித்தான்... செல்லப்பா!

மேனேஜரின் அறைக்குள் நுழைவதைக் கவனித்தான்.

மெல்ல ட்ரையல் ரூம் கதவைத் தட்டினான்.

இன்பா வெளிவந்து, 'என்ன வஸந்த்?'

'செல்லப்பா உள்ள போறான்' என்றான்.

17

‘செல்லப்பா உள்ளே இருக்கான். போங்க, கோழிக் குஞ்சை அமுக்கறப்பல அமுக்கிருங்க’ என்றான் வஸந்த்.

‘வாரண்ட் இல்லையே...’

‘கவலைப்படாதீங்க. 24 மணி நேரத்துக்குள் மாஜிஸ்ட்ரேட் கோர்ட்ல கொண்டாந்துரலாம். கொஞ்சம் ஜாக்கிரதையா இருங்க. ஆளு ஆயுதம் வெச்சிருக்கலாம்.’

‘இவன்தானா நிச்சயம் தெரியுமா?’

‘சாட்சாத் செல்லப்பா இவன்தான். அன்னைக்கு ப்ரேர்ணாவைக் குத்திட்டு ஓடினவன் இவன்தான்.’

இன்ஸ்பெக்டர் இன்பா மெல்ல மேனேஜரின் அறைக்குள் நுழைந்தபோது அவன் கணேஷுடன் பேசிக்கொண்டிருந்தான். இன்பா உள்ளே நழுவு வதைக் கவனிக்கவில்லை.

தெஹலியானி, ‘செல்ஸ்! இவர் பேரு கணேஷ். லாயர். உன்னை ஏதோ கேக்க விரும்பறார்.’

‘என்ன?’ என்றான். ‘உங்க தோற்றத்துக்குப் பொருத்தமான ஒரு பீட்டர் இங்லண்ட் ஷர்ட் கொடுக்கட்டுமா மிஸ்டர் கணேஷ்?’

‘இல்லை, வேண்டாம்.’

'நீங்க ஏன் டி.வி. மாடல் ப்ரேர்ணாவைக் குத்திட்டு ஓடினிங்க' என்றாள் இன்பா.

திரும்பிப் பார்த்தான்.

'போலீஸ் வந்திருக்குதா...' அவன் முகத்தில் எந்தவித அதிர்ச்சியும் காட்டாமல் 'போலீஸ் வந்திருக்கிறதாச் சொல்லலையே சார்.'

'மிஸ்டர் செல்லப்பா, காவல் நிலையத்துக்கு எங்ககூட வரணும்.'

'என் பேர் செல்லப்பா இல்லை.'

'செல்வரங்கம், செல்லகுமார், ஏதாவது பேரு. ஸ்டேஷனுக்கு வந்து சொல்லுங்க.'

'சரி வரேன்' என்றான்.

இந்த எதிர்ப்பற்ற தன்மையை அவர்கள் எதிர்பார்க்கவே இல்லை.

'மேனேஜர்கிட்ட பர்மிஷன் கேட்டுருங்க. டூட்டில இருக்கேன்.'

தெஹலியனி, 'எதுக்காக அவனை அழைச்சுட்டுப் போறிங்க?'

'இவன்மேல் கொலை செய்ததா சந்தேகம் இருக்கு.'

'இவனா? செல்ஸா?'

'ஆமாம்.'

மேனேஜர் சிரித்தார்.

'என்னங்க, இந்தாளு ஸ்டோர்ல கரம்பாம்பூச்சிக்கு மருந்தடிக்கப் பயப்படுவான்.'

செல்லப்பாவை வஸந்த் உக்கிரமாகப் பார்த்துக்கொண்டிருக்க 'அவர் ஏன் அப்படி பார்க்கறார்?' என்றான் பெண்மை கலந்த குரலில்.

அவன் தலை மயிர் ஒரு பெண்ணின் அளவுக்கு வளர்ந்து வாரப் பட்டு பின்புறம் சேகரிக்கப்பட்டு ரப்பர் வளையத்துக்குள் கட்டுப் பட்டிருந்தது. ஒரு காதில் கடுக்கண் அணிந்திருந்தான். நகத்தில்

கரு ரத்த நிறத்தில் நெய்ல் பாலிஷ் பூசியிருந்தான். நீளமாக நகங்களை வளர்த்திருந்தான். மணிக்கட்டில் இரும்பு வளையம், தொள தொள ஷர்ட், ஜீன்ஸ்.

'நான் ஒரு அப்கிரேடு எழுதிக்கிட்டிருந்தேன். போலீஸ் ஸ்டேஷன்ல எத்தனை நேரமாகும்னு சொன்னிங்கன்னா சிஸ்டம் ஆன் வெச்சுக்கலாமான்னு ராதிகாட்ட சொல்லிட்டு வந்துர்றேன். போலீஸ் ஸ்டேஷன் ரொம்ப தூரமோ? நீங்களும் கூட வரீங்களா மேடம்? எங்கேயாவது நான் ஓடிப்போய்ட்டன்னா... யாரையோ குத்திட்டு ஓடினேன்னிங்களே யாரு அது?' மேனேஜரைப் பார்த்து, 'இதைவிட அபத்தம் இருக்குமா சார்.'

'போன வாரம் முழுக்க இவன் இங்கதான் பேஸ்மெண்ட்லதான் ப்ரோக்ராம் எழுதிக்கிட்டு இருந்தான். நீங்க யாரையோ பாத்து அவன்னு தப்பா எண்ணிட்டிங்க. இந்தக் காலத்து இளைஞர்கள் அத்தனை பேரும் இவனை மாதிரித்தான் இருப்பாங்க கணேஷ்.'

'வஸந்த்! என்னடா இது?'

இன்பா, 'பாருங்க போலீஸ்ல குத்துமதிப்பா எல்லாம் வேலை செய்ய மாட்டோம். அப்படிப்பட்ட தப்பு எதுவும் நடக்காது. விரல் ரேகைகள், சாட்சியங்கள் எல்லாத்தையும் வெச்சுத்தான் ஊர்ஜிதம் செய்வோம். இது முறைப்படி ஒரு ஆரம்பம். கொஸ்சினிங்குக்கு அழைச்சுட்டுப் போறோம்.'

'இப்ப அவனுக்கு வரலைன்னு சொல்ல உரிமை இருக்குதா?'

'இருக்குது. அப்படிச் சொன்னா வாரண்டோட வருவோம்.'

'தேவை இல்லைங்க' என்றான் உற்சாகமாக.

'அந்தம்மா செத்துட்டாங்களா?' என்றார் தெஹ்லியானி.

'யாரு?'

'என்ன பேரு... ப்ரேர்ணா.'

'இன்னிக்குக்கூட டி.வி.ல பாத்தேன்' என்றான் செல்லப்பா.

'கம்ப்யூட்டரை ஆஃப் பண்ணிட்டு வரேன். கணேஷ் நீங்களும் வரீங்களா?'

வஸந்த் அவனைக் கூர்ந்து பார்த்துக்கொண்டிருந்தான்.

'மேடம், முதல்ல இவன்கிட்ட ஆயுதம் எதுவும் இருக்கான்னு சோதனை போட்டுருங்க.'

அவன் சட்டென்று தன் சட்டைப் பை, பாண்ட் பைகளை வெளியே பிதுக்கிக் காட்டினான்.

'எங்கிட்ட இருக்கற ஒரே ஒரு ஆயுதம் ஹேர் பின்! வாங்க போகலாம்.'

அவன் வேகமாகப் படிகளில் இறங்கிச் செல்ல இன்பா அவனைச் சற்று வேகமாகவே தொடர்ந்தாள். வஸந்தும் கணேஷும் மெள்ள இறங்கி வந்தார்கள். கடை மூன்று லெவலில் இருந்தது. பேஸ்மெண்ட் பகுதியில்தான் கம்ப்யூட்டர் சமாசாரங்கள் இருந்தன. ஒரே ஒரு பிரவேசம். அக்கவுண்ட் புத்தகங்கள் அடுக்கியிருந்தன. இரும்புப் பெட்டி இருந்தது. காற்றுக்காக ஒரு சிறிய சதுர ஜன்னல் இருந்தது. பத்திரத்துக்காக குறுக்குக் கம்பிகள் இருந்தன. அறையில் இரண்டு டெர்மினல்கள் இருந்தன. அதில் ஒரு ப்ரொக்ராம் ஓடிக்கொண்டிருந்தது. செல்லப்பா அதன் விசைப் பலகையில் படபடவென்று அடித்தான்.

'ஷட் டவுன் பண்றேன்' என்றான். கண் சிமிட்டினான்.

'அஞ்சு நிமிஷம்!'

இன்பா கொஞ்ச நேரமாகும் என்று பேஸ்மெண்டுக்கு இறங்கிச் செல்லும் படிகளில் காத்திருக்க,

வஸந்தும் கணேஷும் கடையில் காத்திருக்க கொஞ்சம் நேரமாயிற்று.

'என்ன வஸந்த், அஞ்சு நிமிஷமாச்சு. போய்ப்பாரு' என்றான். வஸந்த் கீழே இறங்கிச் சென்றான். இன்பா படியில் உட்கார்ந்திருந்தாள். அவள் கையில் ஒரு பெப்ஸி கேன் இருந்தது. அலட்சியமாக படுத்ததுபோல உட்கார்ந்திருந்தது அசந்தர்ப்பமாக இருந்தது.

'வாங்க வஸந்த், உக்காருங்க.'

'எங்க அவன்?'

'எவன்?'

‘அந்தப் பையன் செல்லப்பா?’

‘யார் கண்டா, உக்காருங்க’ என்று தன்னருகில் தட்டினாள். வஸந்த் அவள் வினோதமாகப் பேசுவதைக் கவனித்து, ‘பாஸ் ஒரு நிமிஷம் வாங்க’ என்று அழைத்தான்.

‘வாங்க கணேஷ் உக்காருங்க. ரெண்டு பேரும் வரீங்களா, இல்லை ஒருத்தர் ஒருத்தரா வெச்சிக்கலாமா!

அவள் தன் சீருடையைத் தளர்த்தியிருந்ததை அதிச்சியுடன் கவனித்த கணேஷ், அவள் கண்களில் ஒரு விதமான மயக்கச் செருகல் இருந்ததைப் பார்த்தான்.

செல்லப்பாவின் சுவடே தெரியவில்லை!

‘எங்கடா போனான் அவன்? எங்க போயிருக்க முடியும்?’

‘செல்லப்பா ஹாலில், மாடியில, எங்கேயும் இல்லை!’

‘கணேஷ், வஸந்த் சொன்னாப்பல நாம ரெண்டு பேரும் கல்யாணம் கட்டிக்கலாமா? எனக்கு ஸிஸ்டர் இருக்கா. மெண்டலி ரிடார்டட். அவள் எங்கூட இருந்தாகணும். அது பரவாயில்லைன்னா இப்பவே நிச்சயதார்த்தம் வெச்சுகிட்டு முதல்ல இந்த பேஸ்மெண்டலயே லெட்ஸ் என்ஜாய்!’

‘டாமிட். செல்லப்பா எங்கே?’

‘செல்லப்பா யாரு?’

வஸந்த் மேலே வந்து செல்லப்பா போனானா என்று பலபேரைக் கேட்க, ‘இல்லையே, கீழே போயிருக்கான்’ என்ற பதில்தான் வந்தது. எப்படியோ மாயமாக மறைந்துவிட்டான் என்பது அவர்களுக்குத் தெளிவாக பதினைந்து நிமிடமாயிற்று.

இன்பா அந்தப் படியிலேயே படுத்துவிட்டாள். தன் உடைகள் சரியில்லாததைப் பற்றிக் கவலைப்படவில்லை. அவள் முகத்தில் லேசான சிரிப்பு இருந்தது. உடல் முழுவதும் வியர்த்திருந்தது.

கணேஷ், அவள் கையில இருக்கும் பெப்ஸி கேனைப் பிடுங்கிக் கொண்டான்.

டாக்டர் சாம்பமூர்த்திக்கு போன் பண்ணிவிட்டு, இன்ஸ்பெக்டர் இன்பாவை ஆஸ்பத்திரிக்கு அனுப்பிவிட்டு அலுவலகம் திரும்பியபோது டெலிபோன் ஒலித்தது.

வஸந்த் இதற்குமுன் ஒரு டேப்ரிக்கார்டரை அதனுடன் இணைத்திருந்தான். ஒருவிதத்தில் அவர்கள் டெலிபோனை எதிர்பார்த்திருந்தார்கள்!

அதை வஸந்த் எடுக்க,

'டேய் வஸந்த் குமாரா, என்னாங்கடா நினைச்சுகிட்டிருக்கிங்க. இந்த செல்லப்பாவை அத்தனை சுலபமா புடிச்சிரலாம்னா... இன்னைக்கே அந்த இன்பாவைக் கொன்னிருப்பேன். அந்தத் தேவடியாளை முதல்ல உயிரோட கொல்லணும். அவ தப்பிச்சிட்டா. அவளை பலி போட்டப்புறம்தான் இன்பா. அதுக்கப்புறம் நீ, அதுக்கப்புறம் கணேஷ், அதுக்கப்புறம் கணவனை ஏமாத்தற எல்லா மனைவிகளும்.'

'இதுக்கெல்லாம் முன்னாடி உன்னைக் கொட்டையடிச்சு மொட்டையடிச்சு சவுகார்பேட்டைல ஊர்வலமா அழைச்சுட்டுப் போகலை, என் பேரு வஸந்த் இல்லை.'

அதை முழுவதும் கேட்காமலே மறுமுனையில் போன் வெட்டப்பட்டது. வஸந்த் அந்த டேப் ரிக்கார்டரை நிறுத்தினான். இந்த முறை ரிக்கார்டு பண்ணிருக்கேன் பாஸ். 'குரல் அவனதுதானே.'

'அவனதுதான். ஆனா அந்தப் பெண்மையெல்லாம் பாசாங்கு. அவன் ஒரு மோசமான மிருகம்.'

'வா ஆஸ்பத்திரி போகலாம். இன்பாவைப் பாத்துட்டு வரலாம்.'

'இன்பாமேல கொஞ்சம் கவலை அதிகமாவுதில்லை? சொன்னேன் பாத்திங்களா?'

'டோண்ட் பி ஸில்லி!'

'அதே மாதிரி அட்ரினலின் லெவல், அதே மாதிரி ஹலுஸினோஜென்' என்றார் டாக்டர் சாம்பமூர்த்தி. 'டை மிதாக்ஸி மிதைல் ஆம்ஃபிடாமின் மாதிரி இருக்கலாம்னு லாப்ல சொல்லிருக்காங்க. ஆனா, உத்தரவாதமா அதுதான்னு சொல்லலை. எத்தனையோ இருக்குது. இது புதுசு!'

இன்ஸ்பெக்டர் இன்பா பச்சையான ஆஸ்பத்திரி கவுனில் வேறு மாதிரி தோன்றினாள்.

'எப்படி இருக்கீங்க?' என்றான் கணேஷ்.

முதல் முறையாக அவள் வெட்கப்படுவதை பார்த்தான்.

'ரொம்பச் சங்கடமா இருக்கு. என்ன மாதிரி நடந்துக்கிட்டேன்?'

'ஒரு மாதிரி செக்ஸியா' என்றான் வஸந்த். 'ஞாபகம் இல்லையா?'

'சுத்தமா நினைவில்லை. அதைவிட எனக்கு அந்தாளை நழுவ விட்டதுதான் அவமானம். என்ன போலீஸ் நானு? எதுக்காக அத்தனை ட்ரெய்னிங்?'

'இட் ஹாப்பன்ஸ்.'

'எது வரைக்கும் ஞாபகம் இருக்கு இன்பா?'

'கம்ப்யூட்டர்ல என்னவோ செய்தான். ஒரு பெப்சி எடுத்துத் திறந்து கொடுத்தான். கேன்லதானேன்னு குடிச்சேன். அதில ஏதோ சேர்த்திருந்தான்போல.'

'இது மாதிரி இதுக்கு முந்தி வஸந்துக்கு ஒரு சாக்லேட் கொடுத்தான். அதை ராஜின்னு எங்க ஆபீஸ் பொண்ணு சாப்ட்டுட்டு ரொம்ப ஒரு மாதிரி உங்களைப் போலவே நடந்து கொள்ள ஆரம்பிச்சது.'

'நீங்க மாடிப்படியில் நடந்துகிட்டிங்களே அது மாதிரியே!'

'என்ன பண்ணேன்? சட்டையை அவுத்து கிவுத்து போட்டுட்டனோ?'

'ஏறக்குறைய!'

'அய்யோ ஞாபகப்படுத்தாதிங்க. இதில என்ன ஒரு பாடம்னா ட்யூட்டில இருக்கறப்ப பச்சைத் தண்ணிகூட வாங்கிக் குடிக்கக் கூடாது. அதான் நான் பண்ண தப்பு.'

'பெப்சி இல்லைன்னா வேற ஏதாவது முறை வெச்சிருப்பான்.'

'அந்தப் பாவிப்பய செல்லப்பாவை பிடிச்சே ஆகணும்.'

டாக்டர் சாம்பமூர்த்தி உள்ளே வந்து, 'எப்படி இருக்கீங்க இன்பா?' என்று கையைப் பற்றி பல்ஸ் பார்த்தார்.

'சரியாயிருச்சு. லேசா தலைவலி இருக்கு. உடம்பு வலியும் இருக்கு.'

'டாக்டர், அவன் கொடுத்தது என்ன மருந்து?'

'சாதாரணமா இந்த மாதிரி சைலோ சைபின், மெஸ்காலின் போன்ற வஸ்துக்களையெல்லாம் ஹலுஸினோஜென்னு சொல்லுவாங்க. அது என்ன பண்ணும்? ரத்த அழுத்தம், இதயத் துடிப்பு எல்லாம் அதிகமாகும். கண் பாப்பா டைலேட் ஆகும். டைம் ஸ்பேஸ் டிஸ்டார்ஷன் வரும். ஹைப்பர் விஷன் இப்படித் தான். சம்பிரதாயமான விளைவுகளை மீறி முதன் முறையா இந்த மாதிரி அட்ரினலின் லெவல் பாக்கறேன். செக்ஷுவலா தகாத முறைல நடந்துக்கற மாதிரி விளைவும் முதன் முறையா பாக்கறேன். எனக்கென்னவோ இது யாரோ புதுசா ஆராய்ச்சி பண்ற ரசாயனப் பொருளோன்னு தோணுது. வஸந்த் கொஞ்சம் பாக்கியிருக்கு. சாப்ட்டுப் பாக்கறிங்களா?' என்றார்.

வஸந்த் பிரகாசமாகி, 'விஞ்ஞான முன்னேற்றத்துக்காக என்ன வேணா செய்யத் தயார் டாக்டர்' என்றான்.

18

வஸந்த் அந்த பானத்தைப் பரிசோதிக்கத் தயாராக இருந்தாலும் கணேஷ் அதை அனுமதிக்கவில்லை. 'இந்த மாதிரி வஸ்துக்கள் இல்லாமலேயே இவன் பொம்பளைங்ககிட்ட அசடு வழிவான். சமாசாரம் ஏதாவது போட்டுட்டான்னா இவனைக் கட்டுப் படுத்த முடியாது டாக்டர்.'

'என்ன பாஸ், அறிவியல் வளர்ச்சிக்காக சேவை செய்யறதத் தடுக்கறிங்க.'

'நீ சட்டவியல், குற்றவியலுக்கு முதல்ல சேவை பண்ணு.'

'என்ன பண்ணணும் சொல்லுங்க.'

'நம் குறிக்கோள் எல்லாம் ஒண்ணுதான். செல்லப்பாவை பிடிக்கணும்.'

'அவ்வளவுதானே!'

இன்ஸ்பெக்டர் இன்பாவைச் சில தினங்கள் ஓய்வெடுத்துக் கொள்ளும்படி டாக்டர் சொல்லியிருந்தார். ஞாயிற்றுக் கிழமை அவளை இருவரும் பார்க்கப் போனார்கள்.

'போறப்ப ஏதாவது வாங்கிட்டுப் போகலாமா பாஸ்?' என்றான் வஸந்த்.

'என்ன? மலை வாழைப்பழம், சோன்பப்டி?'

‘உங்க புத்தி போறதே... எதாவது ஃபாரின் செண்ட் இல்லை டிரஸ் வாங்கிட்டு போகலாம்.’

‘அவளைப் பார்த்தா ஃபாரின் செண்ட் மாதிரி தோணலை. டெட்டால் லைப்பாய் மாதிரி தோணுது. வீட்டில என்ன டிரஸ் போட்டுப்பா? தெரியலை.’

வீடு அபிராமபுரத்தில் நான்கு மாடியில் நாற்பது ஃப்ளாட்டுகள் கொண்ட ராட்சச கான்க்ரீட் பெட்டி. மற்றொரு ‘சைதன்யா’.

அப்பார்ட்மெண்ட்டில் நடுவே இருந்தது அவள் வீடு. இடைகழியில் சிறுவர்கள் கிரிக்கெட் ஆடிக்கொண்டிருந்தார்கள். ‘ஸ்ஸ்’ என்று குக்கர் எதோ ஒரு ஃப்ளாட்டில் சப்தமிட்டுக் கொண்டிருந்தது. பிறிதொரு ஃப்ளாட்டில் சிறுமியர் ஆங்கிலம் பேசிக்கொண்டு சைக்கிள் பழகிக்கொண்டிருந்தார்கள். யாரோ புல்லாங்குழலில் பிலஹரியை இம்சை பண்ணிக்கொண்டிருக்க, எல்லா இல்லங்களிலும் மர்ம தேசம் ஓடிக்கொண்டிருந்தது.

கதவைத் திறந்த இன்பா ஆச்சரியப்பட்டாள். அழகான செமிஸூம் அதிகம் காலைக் காட்டாத ஸ்கர்ட்டும் அணிந்திருந்தாள்.

‘வாங்க வாங்க, சர்ப்ரைஸ். கவி நான் சொன்னேன் பாரு, கணேஷ் மாமா.’

‘மாமாவா!’

‘சரி கணேஷ் அங்கிள்!’

கவிதா ஒரு நாற்காலியில் சின்னதாக உட்கார்ந்திருந்தாள். டெலிவிஷனில் ஒரே ஒரு விதிவிலக்காக டிஸ்கவரி ஓடிக் கொண்டிருந்தது. மேசைமேல் அவுட்லுக் இதழ் இருந்தது.

அந்தப் பெண்ணுக்கு டவுன்ஸ் சிண்டரோம் என்பது தெரிந்தது. தலை அளவு சரியாக இல்லை. கண்கள் இரண்டு திசைகளில் பார்த்தன. கை கால் இயக்கங்களில் ஒற்றுமை இல்லை. நாக்கு பக்கவாட்டில் தெரிந்தது.

‘ஹலோ கவிதா!’ என்றான் வஸந்த்.

அவள் பிரயத்தனப்பட்டு நிமிர்ந்து பார்த்ததில் லேசான சிரிப்பு இருந்தது. ‘மெண்டல் ஏஜ் கம்மியாக இருந்தாலும், மற்ற பேருக்கு அதிகம் தொந்தரவு கொடுக்காம இருப்பா. ரொம்ப

சென்ஸிட்டிவ். கண்லயே நிறைய வருத்தம், சந்தோஷம் எல்லாம் தெரிவிப்பா.'

'இப்ப என்ன பார்த்து என்ன சொல்றா?' என்றான் வஸந்த்.

'இந்த மாமாகிட்ட ஜாக்கிரதையா இருக்கணும், ஜோக் சொல்லு வார் வெக்கப்படறமாதிரின்னு.'

வஸந்த் 'வார்றிங்களே' என்று சைகை செய்தான்.

'வஸந்த் கல்யாணத்தைப் பத்திக் கேட்டீங்க. இவளை வெச்சுக்கிட்டு நான் எப்படி கல்யாணம் செய்துக்க முடியும். அவ்வளவு தாராள மனசு உள்ளவங்க இருக்காங்களா? என் வாழ்நாள் முழுவதும் இவகூடத்தான் இருந்தாகணும். பாத்ரூம் சமாசாரங்களை பாத்துக்க ஆயா போடலாம். வேலைக்காரி வெச்சுக்கலாம். ஆனா, இந்தப் பெண்ணுக்கு நிறைய அன்பு தேவைங்க. எங்க ஜாதில பெண் கேக்க வந்தவங்க இவளைப் பார்த்ததும் உடனே பின்வாங்கிட்டாங்க. சம்மதிக்கிறவங்களை யும் என் போலீஸ் புத்தி சந்தேகப்படுது. இவன் எதுக்கு சம்மதிக்கணும்னு. மெல்லப் பழகிட்டேன். இப்ப இவ இல்லாம என்னால வாழ முடியாது. நான் இல்லாம இவளும்.'

கன்னத்தை தடவிக் கொடுத்து 'இல்லையா கவி' என்று கேட்க, அவள் முத்தத்தைப் பெற்றுக்கொண்டு சிறு குழந்தைபோல அருகே கந்தலாக இருந்த நோட்டை எடுத்தாள்.

'அவ டிராயிங் போட்டாளாம், காட்டணுமாம்!'

கணேஷ் இன்பாவையே பார்த்துக்கொண்டிருந்தான்.

'இதில் முக்கியம் உங்க லைஃப்ல நீங்க ரிஸ்க் எடுக்கக் கூடாதுங்க.'

'உண்மைதான். ஆனா போலீஸ்ல ரிஸ்க் எடுத்துத்தானே ஆவணும். அதுவும் லா அண்டு ஆர்டர்ல இருக்கேன்.'

'உங்க அம்மா அப்பா இருக்காங்களா?'

'அம்மா இருக்காங்க. அண்ணன் பொண்டாட்டிக்கு பிரசவ சமயம். அவனுக்கு சமைச்சுப் போடப் போயிருக்காங்க!'

'உங்க அண்ணன் வெச்சுக்க மாட்டாரா?'

‘மாட்டான். அண்ணிக்குச் சரிப்படலை.’

‘நீங்க பத்திரமா இருக்கறது, உயிர் வாழ்றது ரொம்ப முக்கியம்.’

‘இல்லை கணேஷ். கடமையைச் செய்யறதுதான் முக்கியம். எனக்கு அரசாங்கம் அத்தனை பணம் செலவு பண்ணி ட்ரெய்னிங் கொடுத்து - நல்ல சம்பளம் கொடுத்து - அதை நான் லஞ்சம் வாங்காம, பெண் என்பதால் சலுகைகள் கேக்காம, ஒரு நல்ல சினேகிதமான போலீஸ் அதிகாரியா இருக்க விரும்பறேன்.’

அவளை கணேஷ் இப்போது அழுத்தமாகப் பார்த்தான். சீருடையால் மழுப்பப்படாததால் அவள் அங்கங்கள் சுதந்தரம் பெற்றிருந்தன. வயசு கம்மியாகத் தெரிந்தாள். அலமாரியில் இருக்கும் புத்தகங்களைப் பார்த்தான்.

‘ஜேன் ஆஸ்டின்’, ‘தி ஜயண்ட் புக் ஆஃப் மர்டர் மிஸ்டரிஸ்’ ‘மறுபடியும் கணேஷ்.’

‘இந்தப் புத்தகத்தை உங்களை சந்திச்சதுக்கப்புறம் வாங்கினேன். கொஞ்சம் ப்ரேர்ணா கேஸ் மாதிரி இருக்குது.’

‘இதில மனைவி தற்கொலை.’

‘தற்கொலை இல்லை அது’ என்றான் வஸந்த்.

‘ப்ளீஸ் சொல்லாதிங்க முடிவை’ என்றவள், உள்ளே சென்றாள்.

‘இவ எப்ப லஞ்சம் வாங்க ஆரம்பிப்பா பாஸ்?’

நல்ல டீ போட்டுக் கொண்டுவந்தாள். கோப்பைகளில் நேர்த்தி இருந்தது. அலமாரியும் ஹாலும் மிகச் சுத்தமாக இருந்தன. பூஜை அறை தெரிந்தது.

‘நீங்க ரமண மகரிஷியா?’

‘எப்பாவது போவேன். உங்களுக்கு ரமணரைப் பத்தி சில புத்தகங்கள் தரேன். பாக்கறிங்களா?’

‘இல்லைங்க, புரியாதுங்க எனக்கு.’

‘கணேஷ், உங்களுக்கு?’

‘நான் படிச்சிருக்கேன், ஆர்தர் ஆஸ்போர்னுடைய புத்தகம்.’

‘எனக்கு அதெல்லாம் புரியாதுங்க. கான்ஷியஸ் இம்மார்டாலிடினா என்ன அர்த்தம் பாஸ்?’

‘உனக்கு கில்மா மேட்டர்னா புரியும்டா.’

‘கில்மா?’

‘அது ஒரு மாதிரிம்மா?’

‘கணேஷ், எப்படி இவரை நீங்க சகிச்சுக்கறீங்க?’

‘அது வந்து ஒழிக்க ஒழியாத உறவுன்னு ஆண்டாள் சொல்றாப்புல. ஒரு மாதிரி இண்டிபெண்டன்ட் டிபெண்டன்ஸ், மேலும் சப்ஜெக்ட்ல புலி.’

கவிதாவை பார்த்து அவளை குண்டுக் கட்டாகத் தூக்கிக்கொண்டு உள்ளே சென்றாள்.

‘பாஸ் இந்த மாதிரி போலீஸ் ஆபிசர்களும் இருக்காங்க.’

‘இந்த மாதிரி பலபேர் இருக்காங்க. லஞ்சம் வாங்காம இருக்கறது தான் நேச்சுரல் ஸ்டேட் என்பேன்.’

‘பாஸ் ஒருமுறை நீங்க ஆர்.டி.ஓ. ஆபிஸ் வாங்க. யோசிச்சுப் பாத்தா இவளைக் கல்யாணம்கூடப் பண்ணிக்கலாம் போல இருக்கு. இலவச இணைப்புதான் சரியில்லை’ என்றான் வஸந்த்.

‘எனக்கு அதான் சுவாரசியமா இருக்குது.’

‘அதான பார்த்தேன்!’

இன்பா வந்ததும், ‘முதல்ல செல்லப்பாவைப் புடிக்கறதுக்கு வழி சொல்லுங்க. போலீஸ் என்ன செய்யணும். எல்லா நிலையங்கள்லயும் ஐடி கிட் படத்தை கொடுத்தாச்சு.’

‘வஸந்த், அந்தாளு இண்டர்நெட் கம்ப்யூட்டர் பைத்தியம் இல்லையா?’

‘ஆமா பாஸ்.’

‘உனக்கு ஈ மெய்ல் அனுப்பியிருக்கான் இல்லை?’

‘ஆமா, ஆனா ஹாட்மெய்ல் அட்ரஸ். இவன் மெட்ராஸ்லதான் இருக்கான் பாஸ். வேர்ஹவுஸ் விசாரிச்சீங்களா மேடம்?’

‘அவன் கொடுத்துருக்கிற அட்ரஸ் போலி.’

‘அடுத்த முறை ப்ரேர்ணாவைக் கொல்ல வர்றதுக்குள்ள ப்ரேர்ணாவுக்கு பாதுகாப்பு இருக்குதில்லை?’

‘இரட்டைப் பாதுகாப்பு! போலீஸ், ப்ரைவேட் ரெண்டும். சீரியல்காரங்க ப்ரைவேட்டா ஏற்பாடு செய்திருக்காங்க.’

‘அவனுடைய குரலை டேப்ல பதிவு செய்திருக்கோம். அதையும் அலசிப் பாத்துரலாம்.’

‘அப்போது டெலிபோன் ஒலித்தது.

வஸந்த் அதை எடுத்தான். ‘ஹலோ?’

‘இன்பா மேடம் இருக்காங்களா?’

‘இருக்காங்க, பேசச் சொல்றேன்.’

‘இன்பா எடுத்துக்கொண்டாள். ‘என்ன செல்வராஜ்?’

‘உங்க நண்பன் செல்லப்பா. மற்றொரு கொலை செய்திருக்கான் மேடம்!’

‘எங்க?’

‘அதே உங்க அபிராமபுரத்தில உங்க வீட்டுக்குப் பக்கத்திலேயே.’

‘நான் உடனே வர்றேன்.’

அதை வைத்ததும் மறுபடி போன் ஒலித்தது.

‘இன்பா மேடம் இருக்காங்களா?’

வஸந்த் உடனே உஷாரானான். போனைப் பொத்தி, ‘செல்லப்பா!’

‘வஸந்த் பேசறேன், சொல்லுடா சோமாரி!’

‘வரேன், அடுத்தது ஆயிருச்சு. முடிச்சாச்சு. இப்பத்தான் ரத்தத்தை கழுவிகிட்டேன். வஸந்தா? இங்க வந்துட்டியா? அடிமடில

கைவெச்சுட்டியா? கூல்டா நீ! இன்பாவை இன்னும் ... தாச்சா இல்லையா?'

'விஷயம் என்ன சொல்லுறா, வடிகட்டின குடுமி கடுக்கச் சோமாரி...'

'நான் ப்ரேர்ணாவை மாத்திட்டேன். ப்ரேர்ணாவை முடிச்சுட்டு, இன்பா, அப்புறம் கணேஷ் வஸந்த்தைக் கொன்னுட்டு நகரத்தில் துரோகம் பண்ற தேவடியாளுகளுக்கு வரலாம்னு எண்ணினேன். ப்ரேர்ணாவுக்குக் காவல் அதிகமா இருக்கு. அதுக்காக பழக்கம் விட்டுப் போகாம இருக்கறதுக்கு கணவனை ஏமாத்துற ஒருத்தியை முடிச்சிருக்கேன். கொடுத்த வாக்கைக் காப்பாத்தணும் இல்லை. இந்த வார ஜூவியைப் பாரு.'

'கொஞ்ச நேரம் பேசிக்கிட்டிருங்க வஸந்த். காலை ட்ரேஸ் பண்ண முடியுமா பாக்கறேன்' என்றாள் இன்பா.

'தேவையில்லைங்க. சென்ட்ரல் ரயில்வே ஸ்டேஷன்லருந்து பேசறான். அனவுன்ஸ்மெண்ட் கேக்குது.'

'வெச்சுட்டான்' என்றான் வஸந்த்.

'வரீங்களா, போய்ப் பாக்கலாம்.'

'ஸ்டேஷனுக்கா? இன்னேரம் ரயில் ஏறியிருப்பான்!'

'இல்லை. அவனுடைய அடுத்த பலியைப் பார்க்க!

19

'பாஸ், வரீங்களா மற்றொரு மரண தரிசனத்துக்கு' என்றான் வஸந்த். கணேஷ், 'நான் வரலைப்பா. எனக்கு கேஸ் கட்டுகள் பார்க்கணும். நீ போய் வா' என்று கழன்றுகொள்ள, இன்பா 'வாங்களேன் கணேஷ்' என்றாள்.

கணேஷ் உடனே 'சரி வரேன்' என்றான். வஸந்தின் முகம் மாறியது.

'பாத்தீங்களா, இப்பல்லாம் பாஸ் சில பேர் சொன்ன பேச்சை மட்டும் கேக்கறாரு, தேர்தல் கூட்டணி சிறுபான்மைக் கட்சித் தலைவர் சொல்றாப்பல. இது எங்க கொண்டுவிடுமோன்னு கவலையா இருக்கு' என்றான்.

'வஸந்த், டோண்ட் ஹேவ் ஐடியாஸ்' என்றான் கணேஷ்.

இருவரும் இயல்பாக ஜீப்பில் அருகருகே உட்கார்ந்திருந்தார்கள்.

'என்னைப் பின் சீட்டுக்குத் தள்ளியாச்சா?' என்றான் வஸந்த்.

அபிராமபுரத்தில் புதிதாகத் திறந்த இனிப்புக் கடையை ஈக்கள் போல வாடிக்கையாளர்கள் மொய்த்துக்கொண்டிருந்தனர். அருகே இருந்த மற்றொரு மாடிக் கட்டடத்தில் போலீஸ் வண்டிகள் நின்றுகொண்டிருக்க, வாசலில் முடிச்சாக ஒரு

கும்பல் கணேஷ் வஸந்த் இன்பா வருவதை விரிந்த கண்களால் பார்த்தது.

முரசு ரிப்போர்ட்டர், 'மேடம் இன்னொரு கொலையா? ஏதோ கள்ளக் காதல் வெவகாரம்ங்கறாங்க?'

'நான் இன்னும் பார்க்கவே இல்லைங்க' என்றாள் இன்பா.

மாடிப்படிகளில் இன்பா துடிப்புடன் சென்றபோது கணேஷ் நிதானமாகத் தொடர்ந்தான்.

'சீக்கிரம் வாங்க பாஸ், திரை போட்டுறப் போறாங்க' என்றான் வஸந்த். அந்த ஹாலில் தலைவிரிகோலமாக ஒரு இளம் பெண் கிடந்தாள். அவள் நெற்றிப் பொட்டு கலைக்கப்பட்டிருந்தது. சின்ன மார்பில் தாலி துவண்டிருந்தது. அவளருகில் துண்டால் வாயைப் பொத்திக்கொண்டு பனியனில், அவள் அப்பா போலும், லேசாக அழுதுகொண்டிருந்தார். இன்பா அவளிடம் சென்று தாழ்ந்த குரலில் விசாரிக்க, கணேஷ் சுற்றிலும் பார்த்தான். பெரிய ஃப்ளாட் வெளிச்சமாக இருந்தது. மார்ப்ளெக்ஸ் வேய்ந்த சுத்த மான தரையில் காஷ்மீர் கம்பள விரிப்பு. எலக்ட்ரானிக் சாதனங்கள் இருந்தன. ஸ்ப்ளிட் ஏசி இயங்கிக்கொண்டிருந்தது. அங்கே பரவியிருந்த மௌனத்தைத் தொட்டுவிடலாம் போலிருந்தது.

மேஜை மேல் வாரப்பத்திரிகை இதழ் ஒன்று விரிந்திருந்தது. கணேஷ் கீழே கிடந்த உடலைக் கவனிக்க, கழுத்தில் மிக மிக ஆழமாக வெட்டுப்பட்டிருந்ததைப் பார்த்தான். இன்பா, 'இவங்க புருஷன் இல்லைங்களா?'

'நான்தாங்க' என்று அருகில் உட்கார்ந்திருந்தவர் சொன்னார். திக் என்றது. வயசு வித்தியாசம் வெளிப்படையாகத் தெரிந்தது.

'ஸாரி என்ன ஆச்சு, எப்ப ஆச்சு, எப்ப போன் பண்ணிங்க, ஏதாவது பொருள் மிஸ்ஸிங்கா இருக்குதா?'

அவர் பேசவில்லை, கையில் இருந்த காகிதத்தைக் காட்டினார். இன்பா அதைப் படித்துவிட்டு கணேஷிடம் காட்டினாள். 'உன் மேல் குற்றமில்லை. செல்லப்பா உனக்காகப் பழிவாங்கிவிட்டான். இனி நிம்மதியாகத் தூங்கு' என்று எழுதியிருந்தது.

போலீஸ் நிதானமாக அந்த அறையில் தடயங்கள் தேடிக் கொண்டிருந்தனர். கைரேகைக்காக ஜன்னல் கண்ணாடிகளிலும்

மேசை விளிம்பிலும் பீங்கான்களிலும் பவுடர் அடித்துக் கொண்டிருந்தார்கள். அவ்வப்போது ஃப்ளாஷ் பளிச்சிட்டது. வாசலில் நாய் குரைத்தது. படியேறி வந்து அடர்த்தியான வாலை மெல்ல ஆட்டிக்கொண்டு அங்குமிங்கும் அந்த ஜெர்மன் ஷெப்பர்ட் முகர்ந்து பார்த்தது.

'சீஸர்! ஸ்டே!' என்று அதன் ட்ரெய்னர் அதட்ட நின்றது.

அந்தப் பெண் வெட்டுப்பட்டபின் போனை நோக்கி உயிர் மிச்ச மிருக்கும்போது ஊர்ந்திருக்க வேண்டும்.

அதன் ரத்தச் சுவடு தெரிந்தது.

ரத்தம் காய்ந்திருந்தது.

'ப்ரேர்ணா தப்பிச்சுட்டா. இவ தப்பிக்கல பாஸ். கழுத்தறுப்பு மாஸ்டர் செல்லப்பாவின் மற்றொரு தாலி செண்டிமெண்ட்.'

'டோண்ட் பி மார்பிட் வஸந்த்.'

வஸந்த்தும் கணேஷும் வெளியே வந்தார்கள். கணேஷுக்குக் குமட்டியது. மூச்சு வாங்கியது.

அடுத்த ஃப்ளாட்டில் அழையாமலே நுழைந்து உட்கார்ந்தான்.

'நீங்க போலீஸா?'

'இல்லைம்மா வக்கீலுங்க.'

'நல்லா வேணும் அவளுக்கு.'

'என்ன?'

கணேஷ் அப்படிச் சொன்ன பெண்மணியை நிமிர்ந்து பார்த்தான். நடு வயது, நரை கலந்து உப்பு மிளகுத் தலை மயிர், குட்டையான, பற்கள் நீண்ட, பெண்.

'ஏங்க அப்படிச் சொல்றிங்க?'

'கட்டின புருஷனை வச்சுகிட்டே மத்த சகவாசம் நடத்தினா?'

'அவரே ஆள் வச்சுக் கொன்னிருப்பார்ங்கறிங்களா?'

'சேச்சே அந்தாளு பரம சாது. பில்டிங்கில் உள்ள எல்லாரும் கண்டுபிடிச்சாச்சு. இவருக்குத்தான் இத்தனை நாளாச்சு.

பத்திரிகைல டாக்டர் பதில் வந்தது பார்த்திங்களா, இந்த கேஸ்தான். அவர் போன உடனே இவன் வந்துடுவான். ரெண்டு பேரும் கதவச் சாத்திண்டு என்னதான் அப்படிச் செய்வாங்களோ, சத்தமே வராது. நல்ல லொக்காலிட்டி, மரியாதைப்பட்ட ஏரியான்னு கொட்டி வாக்கத்தில் வீட்டை வித்துட்டு இங்க வந்தா...'

'அம்மா, எங்கதான் இது இல்லை? பதினாறு குடும்பம் சேர்ந்தாப் பல ஒரு கட்டடத்தில இருந்தா, ஒரு குடும்பம் மோசமான குடும்பமா இருந்தே ஆகணும்ங்கறது நேஷனல் ஆவரேஜ்!' என்றான் வஸந்த்.

'சும்மார்றா. அந்த வீட்ல மேஜை மேல பத்திரிகை இருந்தது பாரு, அதை எடுத்துக்கிட்டு வா.'

வஸந்த் சென்றபோது இன்பா, 'வயலண்ட் டெத் - வஸந்த் நிச்சயம் கொலைதான். பர்க்ளரி அடையாளம் எதுவும் இல்லை. நகையெல்லாம் பத்திரமா இருக்குது. அலமாரில கேஷ் இருக்குது. வாட்ச்மேன் சொன்னான். வாக்கும் க்ளீனர் சர்வீஸ் பண்ண வந்ததா ஒருத்தன் சொன்னானாம்.'

'அடையாளம் சொன்னானா?'

'கடுக்கன், குடுமி, நீண்ட தலைமுடி, செல்லப்பாதான்.'

'செல்லப்பா இப்ப ஜூரிஸ்டிக்ஷனை அதிகமாக்கிட்டானா, பேஷ்.'

'உங்களுக்கு எல்லாமே விளையாட்டா வஸந்த்?'

'இல்லவே இல்லை. பாஸ் இந்த பத்திரிகையை எடுத்துவரச் சொன்னாரு. பார்க்கணுமாம்.'

'எதுக்கு?'

'தெரியலை. ஏதோ செய்தி வந்திருக்காம்.'

'எடுத்துக்கிட்டு போய் கொண்டுவந்து கொடுத்துருங்க.'

'கவலையே படாதீங்க மேடம். எங்க பாஸ்க்கு உங்க மேல காதல் மாதிரி ஒரு ஞஞ்ஞமுஞ்ஞே ஏற்பட்டிருக்கு. அவர் செல்லப்பா கேஸை பளிங்கு மாதிரி ஸால்வ் பண்ணி கொடுத்துருவார். அப்பப்ப அவரை ஒரு மாதிரி பேஷனேட்டாப் பாத்துக்கிட்டே இருங்க!'

இன்பா கோபமாக, 'வஸந்த் எப்படி உங்களால இப்படிப் பேச முடியறது? எனக்கு யாருடைய உதவியும் தேவையில்லை. பத்திரிகையை எடுத்துப் போகாதிங்க. மெட்டிரியல் எவிடன்ஸா இருக்கலாம்.'

'சரி, உலகத்திலேயே இது ஒரு பிரதிதானா' என்று சிரித்தான். தொடர்ந்து, 'உங்களுக்கு மூக்குக்கு மேல கோபம் வருதுன்னா சொல்றதில் உண்மை இருக்குன்னு அர்த்தம் பாருங்க. முதன் முறையா எங்க பாஸ் ஒரு பெண்ணை அ-வக்கீல் தனமா பாக்கறாரு, அதுக்கே நீங்க பெரிய பாக்கியம் பண்ணிருக்கணும்.'

'பாருங்க வஸந்த், எனக்கு எதாவது அந்த மாதிரின்னா நானே அவர்கூட நேர பேசிக்கறேன். உங்க மாதிரி ஒரு மிடில்மேன் தரகர் தேவையில்லை.'

'சரி பத்திரிகையை எடுத்துட்டுப் போகலாமா, கூடாதா?'

'எடுத்துட்டுப் போங்க. திருப்பிக் கொடுத்துருங்க.'

'தாராளமா கவர்ச்சி காட்டுவிங்களான்னு கேட்டதுக்கு புதுமுக நடிகை சொன்னாப்பல... தாராளமா!'

கணேஷ் பத்திரிகையை அந்தப் பெண்ணிடம் காட்டினான்.

'இதில் எங்கம்மா அவங்களப் பத்தி செய்தி வந்திருக்கு?'

'டாக்டர் பதில்கள்னு வாரா வாரம் வருது பாருங்க.'

'வஸந்த், படிரா.'

வஸந்த் 'க்கும்' என்று தொண்டையைச் செருமிக்கொண்டு 'டாக்டர், எனக்கு 48 வயசு. என் மனைவிக்கு 27. இத்தனை வயசு வித்தியாசத்தில் கல்யாணம் செய்துகொண்டது முதலில் தப்பாகத் தெரியவில்லை. இப்போது கண் முன்னாலேயே எனக்குத் துரோகம் செய்கிறாள். என்னால் அதட்டிக் கேட்க முடிவதில்லை. ஒவ்வொரு முறையும் புதுசு புதுசாக ஆனால் நம்பகமாகப் பொய் சொல்கிறாள் என் அழகான மனைவி.

'சந்தேகத்தில் உழன்று தினம் சாகிறேன். தற்கொலை செய்ய தைரியமில்லை. விவாகரத்து செய்ய தைரியமில்லை. விவாகரத்து செய்துகொள்ளலாம் என்றால், எங்கள் குடும்பம் மிக மிக மரியாதையுள்ள பரம்பரைக் குடும்பம். எனக்கு எதாவது வழி சொல்லுங்களேன் ஆர்.எஸ்.'

‘பதிலா டாக்டர் என்ன எழுதியிருக்கார் வஸந்த்?’

‘படிக்கிறேன் கேளுங்க.’

‘முதலில் உங்கள் சந்தேகம் ஆதாரமற்றதாக இருக்கலாம். வயது வித்தியாசத்திலேயே உங்களுக்கு ஒரு காம்ப்ளெக்ஸ் வரலாம். உங்கள் மனைவி உங்கள் தோற்றத்தை அல்லாமல் உள்ளத்தை நேசிக்கிறாரா பாருங்கள்.

‘அவர் உங்களுக்கு துரோகம் செய்வது உறுதியாக தகுந்த சாட்சியங்களுடன் நிரூபிக்கப்பட்டால் அதை வைத்துக்கொண்டு அவரை எதிர்கொள்ளுங்கள். அவருடைய பெற்றோரையும் கூட வைத்துப் பேசித் தீர்ப்பது நல்லது. மிகுந்த மனக் கஷ்டம் என்றால், உதறிவிடத் தயாராக இருக்கவேண்டும்.’

‘சொதப்பலான பதில். பாப்பாத்தியம்மா மாடு வந்ததுன்னு.’

கணேஷ், ‘டாக்டர் பேர் என்ன?’ என்றான்.

‘ஜேம்ஸ் வினோதன்னு, பேரே நம்பிக்கையா இல்லை. போட்டோவை பார்த்தா லாட்ஜ் வைத்தியர் மாதிரித் தோணுது. துரித ஸ்கலிதம், வெள்ளை விழுதல் டைப்!’

‘இந்தப் பத்திரிகை ஆபீசில் டாக்டர் அட்ரஸ் கேட்டு வெச்சுக்க வஸந்த்’ - பால்கனிக்கு கணேஷ் வந்தான். பலர் அண்ணாந்து வேடிக்கை பார்த்துக்கொண்டிருந்தார்கள்.

சற்று தூரத்தில் சென்னை மாநகரம் சற்றும் கவலை இல்லாமல் இயங்கிக்கொண்டிருந்தது. பிளாட்பாரத்தில் மாம்பழங்கள் கொட்டிக் கிடந்தன. கையேந்தி பவனில் காலரா கவலையின்றி பலர் அலுமினியத் தட்டுகளில் இட்லிகளை விண்டு உண்டு கொண்டிருந்தார்கள்.

மாணவர்கள், நின்ற பஸ்ஸைப் புறப்படவிட்டு மாணவிகள் கவனிக்கிறார்களா என்று சோதித்து, தொத்தி ஏறிக் கொண்டார் கள். இன்பா அணுகி, ‘கணேஷ்! எனக்கு ரொம்ப நேரமாகும். நீங்க புறப்படுங்க’ என்றாள்.

வஸந்த் முதலில் இறங்கி வந்தான்.

எதிரே ஐஸ்க்ரீம் பார்லரில் அந்தச் சுடிதார் பெண்கள் அணில்கள் போல் சப்தமிட்டுக்கொண்டிருந்தார்கள்.

வஸந்த் அருகே சென்று, 'ஹாய் கேர்ள்ஸ்' என்றான்.

'ஹாய்' என்று ஒருத்தி மட்டும் சொல்ல, 'மை காட், பதினைஞ்சு சதுர மீட்டருக்குள்ள இத்தனை அழகான பெண்களா? சென்னை! எங்க போய்க்கிட்டிருக்கம்மா நீ!' என்றான்.

'உங்க பேர் என்ன மாமா?'

'இது எந்த மாதிரி மாமா? சினிமா மாமாவா நிஜ மாமாவா?'

கணேஷ் மாடியிலிருந்து, 'வஸந்த்! வாடா சீக்கிரம்' என்றான். வஸந்த், 'கேர்ல்ஸ் போய்டாதிங்க, உங்களுக்கெல்லாம் ஒரு வித்தை காட்டறேன்.'

'நாக்கால மூக்கைத் தொடறதா?'

'இல்லை, தொட்டி தண்ணி கொட்டிட்டு அதும் மேல நடப்பேன். ஹடயோகம். அப்பறம் ஊர்த்வரேதஸ்... இதோ வர்றேன்' என்று சொல்லி மேலே வந்தான். இன்பா போனில் பேசி குறிப் பெடுத்துக்கொண்டிருந்தாள்.

'என்ன பாஸ் கின்பஜக் கில்மாக்கள் எல்லாத்தையும் கணக்குப் பண்றதுக்குள்ள...'

'ஷட் அப்! இன்னொரு கொலை ரிப்போர்ட் ஆயிருக்குது!' என்றான் கணேஷ்.

20

கணேஷ் மிகவும் அதிர்ந்து போய்விட்டான். செல்லப்பா விளிம்பைத் தாண்டிவிட்டான்; இனி அடுத்தடுத்துக் கொலை செய்யப் போகிறான் என்று அவனுக்கு உள்ளுணர்வு உணர்த்தியது. அதையே வஸந்த்தும் எதிர்பார்த்து அவன் பாஷையில், 'பாஸ் அந்தாள் பாய் பிராண்ட ஆரம்பிச்சுட்டான்... ஸ்கராட்சிங் மேட். இனி சென்னை நகரமே கொள்ளாது. எங்கெங்கு எப்பப்ப வதம் பண்ணப் போறான்னு ஒரு பட்டியல் வச்சிருக்கான்னு நெனைக்கிறேன். இன்பா மேடம் ஒண்டியாளு. நீங்க, உங்க கமிஷனர், ஏ.ஸி.பி., டி.ஸி.பி., எஸ்.பி. எல்லாரும் சேர்ந்தாலும் இந்தாளைத் தடுக்கறது கஷ்டம் இனிமே. பேசாம லீவு போட்டுருங்க' என்றான். 'பாஸ் இந்த ஜோக் தெரியுமா உங்களுக்கு? ஒரு ஆள் மெட்டர்னிட்டி லீவு அப்ளை பண்ணானாம்...'

'ஷட் அப் வஸந்த், இது ஜோக் அடிக்கிற வேளை யில்லை.'

இன்பா அதிர்ச்சியில் இருந்தாள்.

'இவன் முறைல ஏதாவது ஒரு தொடர்ச்சி இருக்கா பாஸ்? கிரகணம் மாதிரி?'

'இந்த முறை எங்கே? அடையார்லயா?'

'பக்கத்தில்தான். முதல்ல அபிராமபுரம், அடையார்னு அகர வரிசையில் பண்ணப்போறானா? அகாதா கிறிஸ்டி கதைல ஏபிஸி மர்டர்னு ஒவ்வொரு

அட்சரத்துக்கும் ஒரு கொலை செய்வான் டெலிபோன் டைரக்ட்ரியைப் பார்த்து. அந்த மாதிரி ஒவ்வொரு பேட்டைக்குமா? சபாஷ்!'

'வஸந்த்! கொலை நடந்தது க்ரீன்வேஸ் ரோடில். இன்பாவை இன்னும் குழப்பாதரா...'

இன்பா, 'எனக்கு பதற்றமா இருக்கு கணேஷ். ஒரு நாளைக்கு ரெண்டு கொலை. தாங்க முடியாது என்னால.'

'இரண்டோட நின்னுருமா? காதலன் தள்ளிட்டு வந்த காதலி கிட்ட சொன்னாப்பல, இன்னும் ராத்திரி பூரா மிச்சம் இருக்கே.'

'சொல்லாதீங்க வஸந்த், அய்யோ.'

'இப்ப அங்க போறீங்க?'

'போய்த்தான் ஆகணும். லாப்ல ஸ்டாஃபே பத்தாது, ஃபோட்டோ எடுக்க, பிரிண்ட் எடுக்க. கணேஷ், உங்களுக்கு எதாவது பேட்டர்ன் தெரியுதா?'

'டாக்டர் ஜேம்ஸ் வினோதனைப் போய்ப் பார்த்தா பேட்டர்ன் தெரியும்' என்றான் கணேஷ்.

'என்ன பாஸ், புதிசா?'

'கொஞ்சம் திங்க் பண்ண விடுரா. இன்பா நீங்க போங்க. கடமையைச் செய்யுங்க. நாங்க இந்த ஜேம்ஸ் வினோதனைப் பார்த்துட்டு வரோம்.'

அவர்கள் காரில் செல்லும்போது, 'பாஸ் நீங்க என்னதான் மனசில நெனைச்சுக்கிட்டிருக்கீங்க?'

'இது ஒரு ஹன்ச்தான் வஸந்த். ப்ரேர்ணா கொலை முயற்சிக்கும் இந்தக் கொலைக்கும் என்ன பொதுவான அம்சம் சொல்லு?'

'அவ கொலையாகல. இவ கொலையாய்ட்டா.'

'உளறாத வஸந்த். சந்தேகக் கணவர்கள். அதான் பொது. ப்ரேர்ணாவுடைய கணவன் சந்தேகம் தாங்க முடியாம தூக்குப் போட்டுகிட்டு செத்தான். இந்தப் பெண்ணுடைய கணவன் தன் சந்தேகத்தை ஆர்.எஸ்னு இனிஷியல் போட்டு டாக்டருக்குக் கடிதம் எழுதினான்.'

'அவன் பேரு ஆர். சத்யன். பெயர்ப் பலகையில் பார்த்தேன்.'

‘குட்! உனக்கும் மூளை கொஞ்சம் இருக்கு. செல்லப்பா அடிக்கடி செல்போன், பேஜர், ஈமெயில் மூலம் அனுப்பின செய்தி என்ன?’

‘எல்லாத் தேவடியாளையும் கொல்வேன்னு-அதனால?’

‘அதனால செல்லப்பா, நீ சொன்னாப்ல ஒரு லிஸ்ட்டு வெச்சுக் கிட்டு இருக்கணும்.’

‘அது இப்ப ஊர்ஜிதமாகும். புரியுது பாஸ். அதில ஜேம்ஸ் வினோதன் எப்படி உள்ள வரார்.’

‘பட்சி சொல்லுது. அங்க போனாத் தெரியும். பத்திரிகை ஆபீசுக்கு போன் பேசி அட்ரஸ் கண்டுபிடிச்சுரு.’

வஸந்த் அந்தப் பத்திரிகைக்கு பேசினான். டாக்டர் விஜயரேகா பாலி க்ளினிக்கில் அவர் இருப்பதாகவும், கன்சல்டிங் நேரம் மாலை *6.30*-லிருந்து *8.30*க்கு என்றும் தெரிந்தது.

‘நீங்க அந்தக் கேள்வி பதில் படிக்கிறங்களா சார்? யூஸ்ஃபுல்லா இருக்கா?’

‘இருக்கு. இதுவரை ரெண்டு கொலை நடந்தாச்சு’ என்ற வஸந்த் சொல்போனை அணைத்தான். உடனே ஒலித்தது. இன்பாவின் கால் வந்தது.

கணேஷ் ஸ்பீக்கரில் போட்டான்.

‘கணேஷ், இறந்து போனவங்க பேரு மேனகா மாதவராவ். பாஷ் ஏரியால ஒரு ஹெல்த் கிளினிக் நடத்திக்கிட்டிருந்தாங்க.’

‘ஹெல்த் கிளப் நிழலான்னு விசாரிங்க மேடம்.’

‘வேற எதாவது கில்மா மேட்டர் இருக்குதா பாருங்க மேடம்’ என்றான் வஸந்த்.

‘புரியல’ என்றாள் கரகரத்த ரேடியோ குரலில்.

‘நேர்ல சொல்றோம். உங்க இன்வெஸ்டிகேஷனை முடியுங்க’ என்றான் கணேஷ்.

‘அவனைக் கண்டுபிடிச்சுரலாமா கணேஷ்? முதன் முறையா மேனியாக் கிரிமினல் சீரியல் கில்லர்கூட டீல் பண்றேன்.’

'கவலைப்படாதீங்க. அவன் அடுத்த விக்டிம் யாருன்னு தெரிஞ்சாப் புடிச்சுரலாம். எதுக்கும் ஏரியாவில் பீட் கொஞ்சம் ஜாஸ்தி போடுங்க' என்றான் வஸந்த்.

டாக்டர் ஜே. வினோதன் என்கிற பெயர்ப் பலகை, அந்த விஜயரேகா பாலிகிளினிக்கில் சுவரை அலங்கரித்த இருபது பெயர்களில் ஒன்றாக இருந்தது. ஊதுவத்தி மணக்கும் லிஃப்டில் ஏறி மூன்றாவது மாடி கண்ணாடிப் பிரிவினைகளுக்குள் டாக்டர் வினோதன் நிழற்படமாகத் தெரிந்தார்.

இவர்கள் போனபோது, ஒருவர் கன்சல்டேஷன் முடிக்கக் காத்திருக்கும்போது, முன் அலுவலகத்தில் இருந்த கண்ணாடி போட்ட பெண்ணை கணேஷ் அணுகினான்.

'டாக்டரைப் பார்க்கணும்.'

'டு யூ ஹேவ் என் அப்பாயிண்ட்மெண்ட் ஸார்?' என்றாள். கம்ப்யூட்டர் திரையில் விரல்களால் வினவிக்கொண்டே. 'பேரு?'

'கணேஷ். நாங்க லாயர்ஸ். கன்சல்டேஷனுக்கு வரலை?'

கணேஷை முதன் முதலாக நிமிர்ந்து பார்த்து 'ஓ... யூ ஆர் தி ஃபேமஸ் லாயர்ஸ். ஒன் மினிட் சார்.'

அவள் உள்ளே செல்ல, வஸந்த் 'பாஸ் பாத்துரலாமா?' என்றான்.

'பாத்துரு.'

வஸந்த் சட்டென்று அந்தப் பெண் உட்கார்ந்திருந்த மேசையில் இருந்த மானிட்டரைத் திருப்பி கம்ப்யூட்டர் திரையில் இருந்த அப்பாயிண்ட்மெண்ட் லிஸ்டைப் பார்த்தான்.

'ஆர்.எஸ். இருக்கா பாரு, சீக்கிரம்.'

வஸந்த் அதன் விசைப் பலகையை எடுத்து கர்ஸரை சட்சட் டென்று நகர்த்தினான்.

'இருக்கு பாஸ். ஆர். சத்யா. அட்ரஸூம் சரியா இருக்குது.'

'மாதவராவ், மாதவராவ், செவ்வாய்க்கிழமை வந்திருக்காரு!'

'காட் இட்' கணேஷ் அந்தப் பட்டியலைப் பார்த்தான். அவன் கண்கள் பிரகாசமாயின.

இதற்குள் அந்த பெண் வெளிவந்து, 'என்ன பண்றிங்க! திஸ் இஸ் நாட் பர்மிட்டட்' என்றாள்.

வஸந்த், 'எனக்கு கம்ப்யூட்டர் பிரேமை, டிபேஸ் ப்ரொக்ராம் மாதிரி இருந்துச்சு. ரொம்பப் பழசாச்சே.'

'என்ன செய்யறது? டாக்டர்கிட்ட சொல்லிப் பாத்தாச்சு.'

'நான் சொல்றேன். உங்க பச்சைக் கண்ணுக்கு மேட்சிங்கா ஒரு கலர் மானிட்டர் வாங்கணும். மோனோக்ரோம் எல்லாம் இப்ப வழக்கொழிஞ்சாச்சு. மியூசியத்தில்தான் வெக்கறாங்க. லேட்டஸ்ட் மேக் வாங்குங்க. வெரி செக்ஸி.'

பஸ்ஸர் ஒலிக்க, 'உங்களை உள்ள கூப்பிடறார்' என்றாள்.

உள்ளே சென்றதும் டாக்டர் வினோதன் எழுந்து வந்து கை குலுக்கினார். முப்பத்தைந்து வயது இருக்கும். மேஜை மேல் இருந்த ஸ்டெத்தும் ரப்பர் தலை ஆயுதமும்தான் டாக்டர் என்று அடையாளம் காட்டின. மற்றபடி எம்.பி.ஏ. படித்த ஒரு எச்.ஆர்.டி மேனேஜர் போல இருந்தார். விரல்களிலும் மூக்குக் கண்ணாடி விளிம்பிலும் தங்கம். துளைக்கும் பார்வை. மௌனமாக ஏஸி ஓடிக்கொண்டிருக்க, ஒரே ஒரு சாமி படம். தலையைச் சாய்த்துக்கொண்டிருந்த ஏசுநாதர் கரத்திலிருந்து ஒளிவெள்ளம் புறப்பட்டுக்கொண்டிருந்தது.

'எஸ் ஸார்! அவர் செவ்வாய்க் கிழமை வந்திருந்தார்.'

'எதுக்காக வந்தார்னு சொல்ல முடியுமா?'

'ஸாரி, அது கான்ஃபிடன்ஷியலான விஷயம். என் தொழில் நாணயம். அதைச் சொல்லக் கூடாது. நீங்க போலீஸா?'

'இல்லை. போலீஸ் சார்பில் வந்திருக்கோம்னு வச்சுக்கோங் களேன்.'

'ஸாரி'

'ஒரே ஒரு கேள்வி. டாக்டர், உங்ககிட்ட வரவங்க எல்லாரும் மனைவியைச் சந்தேகப்படற கணவர்கள்னு சொல்லலாமா?'

'ஸாரி. இதையும் நான் உங்ககிட்ட சொல்லவேண்டிய அவ சியமே இல்லை.'

'இன் அதர் வேர்ட்ஸ், நீங்க ஒத்துழைக்கமாட்டீங்க. கோர்ட்டில இருந்து ஒரு ஸப்பீனா வாங்கிட்டு வரணும்ங்கறீங்க?'

'பாருங்க கணேஷ், நீங்க லாயர். எந்த அளவுக்கு எங்க தொழில் நாணயத்தை சட்டம் பாதுகாக்குதுன்னு உங்களுக்கே தெரியும். கோர்ட் விட்னஸ்ஸா வரவழைச்சுக் கேளுங்க. ப்ரொஃபஷனல் எக்ஸ்பர்ட்டா எவிடன்ஸ் தரேன்.'

'சத்யாவுடைய மனைவியும் மாதவராவ் மனைவியும் கொல்லப் பட்டிருக்காங்க. சத்யாங்கறவர் உங்களுக்குக் கடிதம் எழுதி பத்திரிகையில் பதில் கொடுத்திருக்கீங்க. ரெண்டு பேரும் கிளினிக்குக்கு வந்திருக்காங்க.'

டாக்டரின் முகம் வெளிறிப் போனது.

'உங்களை, கொலைக்குத் தூண்டுதலா இருந்திருக்கலாம்னு சந்தேகத்தின் பேரில் அரஸ் பண்ணலாம்.'

'இஸ் இட்? இப்ப என்ன வேணும் உங்களுக்கு?'

'முதல்ல செல்லப்பான்னு ஒரு ஆசாமி உங்ககிட்ட வந்து அட்ரஸ் ஏதாவது வாங்கிட்டுப் போனானா?'

'செல்லப்பா, செல்லப்பா... எப்படி இருப்பான் செல்லப்பா?'

'நீள முடி, பெண்மை கலந்த முகம், காதில் கடுக்கன், அழுக்கு கலந்த ஜீன்ஸ் பேண்ட் போட்டுகிட்டு போனவாரம் குளிச்ச மூஞ்சி. கைவிரல்ல நகப்பூச்சு. எக்ஸண்டரிக்!'

'வினு கொஞ்சம் உள்ளே வா' என்று இண்டர்காமில் விளித்தார்.

'என்னை அந்த மாதிரி அடையாளம் உள்ளவங்க யாரும் பார்க்க வரலை. இவகிட்ட வந்தானான்னு கேட்டுப் பாருங்க. என்ன அடையாளம் சொன்னீங்க?'

'வஸந்த் அந்த அடையாளத்தை திருப்பிச் சொல்ல.'

'அது வந்து... கம்ப்யூட்டர் ஆசாமி வந்திருந்தான். ப்ரிவெண்டிவ் மெய்ன்டனன்ஸ் பண்ணுறதுக்கு.'

'அதுதான் நான் எதும் ஏற்பாடு பண்ணலியே?' என்றார் டாக்டர்.

'நீங்கதான் ஏற்பாடு பண்ணியிருந்ததாச் சொன்னானே?'

'என்ன வினு, வெரிஃபை பண்ணக் கூடாதா?'

'சொன்னேன் டாக்டர்' என்றாள். பயந்த குரலில், 'உங்களுக்கு ஞாபகம் இல்லை.'

'நாசமாப் போச்சு.'

கணேஷ், 'மேடம் உங்க டிஸ்க் ஏதாவது மிஸ்ஸிங்கா பாருங்க?'

அவள், 'ஆமாங்க. எப்படித் தெரியும்? ஒரு டிஸ்க் கரப்ட் ஆயிருக்குன்னு எடுத்துட்டுப் போனான். வேற குடுத்துட்டான்.'

'அதில் என்ன டேட்டா இருந்தது?'

'இந்த மாதம் அப்பாயிண்ட்மெண்ட் கேட்டிருந்தவங்க பட்டியல் பேக் அப் வெச்சிருந்தேன்.'

'அது ஒரு பிரிண்ட் அவுட் வேணுமே, தருவிங்களா?'

'டாக்டர் சம்மதிச்சா தரேன்.'

டாக்டர் 'எனக்கு ஒண்ணும் புரியல' என்றார்.

'சிம்பிள் டாக்டர். அவன் ஒரு மேனியாக். உலகத்தில உள்ள எல்லா விசுவாசமில்லா மனைவிகளையும் கொல்லணும்னு எங்களுக்கு மேஸேஜ் அனுப்பிகிட்டே இருந்தான். ஒரு கொலை முயற்சியில் மாட்டிக்க இருந்தவன் தப்பிச்சுக்கிட்டான். பிறகு ஒரு போலீஸ் அதிகாரியை கழுத்தை வெட்ட அவர் மயிரிழையில் தப்பிச்சார். அப்புறம் உங்ககிட்ட கன்சல்டேஷனுக்கு வந்த சத்யா, மாதவராவ் இரண்டு பேருடைய மனைவிகளையும் போட்டுத் தள்ளிட்டான்.'

'அய்யோ! பாருங்க கணேஷ், நான் கன்ஸல்ட்டேஷன் பண்றேன், அவ்வளவுதான். என் பேஷண்டுகள் செய்யும் எந்தக் காரியத்துக்கும் நான் பொறுப்பில்லை.'

'நீங்க பயப்பட வேண்டியதே இல்லை டாக்டர். கொலை செய்யறவன் உங்க பேஷண்டே இல்லை. கொலையுண்டவங் களுடைய கணவர்கள்தான். உங்ககிட்ட கம்ப்யூட்டர் ரிப்பேர்க் காரன் மாதிரி வந்து லிஸ்ட் எடுத்துகிட்டு போயிருக்கான்.'

'பாத்தியா வினு, என்ன காரியம் பண்ணிட்டே.'

அந்த பெண் வெலவெலத்துப்போய், 'எனக்கு படபடன்னு வருது. சிரிச்சுப் பேசிக்கிட்டிருந்தான். 'கல்யாணம் ஆயிருச்சா'ன்னு என்கிட்டக் கேட்டான் அந்தாளு. இல்லைன்னேன். ஆனா கணவரை ஏமாத்தாதே என்றான். நான் லீவுல போறேன்' என்றாள். அழுதாள்.

'ஒரு ப்ரிண்ட் அவுட் எடுத்துக் கொடுத்துட்டுப் போங்க.'

கணிப்பொறியில் அவள் அச்சிட்டுக் கொடுத்த அந்தப் பட்டியலில், டாக்டரை வந்து சந்தித்தவர்கள் பெயர், முகவரிகள் வரிசையாக இருந்தன.

டாக்டருக்கு நன்றி சொல்லிவிட்டுப் புறப்பட்டார்கள் காரில். அவர்கள் செல்போன் ஒலித்துக்கொண்டிருந்தது.

கணேஷ் 'இன்பா மேடம், இந்த அட்ரஸை நோட் பண்ணிக்கங்க. நம்பர் எட்டு, மாகாளி அம்மன் கோயில் தெரு, வடபழனி, அங்கே போங்க.'

'இது எப்படி உங்களுக்குத் தெரியும்.'

'ஏன்?'

'அங்கிருந்துதான் பேசறேன்' என்றாள்.

21

வடபழனியில் சீரியல் லைட் போட்டு அந்த அம்மன் பகலிலும் ஒளிர்ந்துகொண்டிருக்க லவுட் ஸ்பீக்கரில், 'ஓ மரியா ஓம் மரியா ஈ மெயிலில் லவ் லெட்டர் தரியா' என 100 டெஸிபெலில் ஏ.ஆர்.ரஹ்மான் கேட்டுக்கொண்டிருக்க சற்றே சரிந்த தெருவில் ஒரு வெல்டிங் பட்டரைக்கும் பாக்யலஷ்மி ரப்பர் ஸ்டாம்ப் கடைக்கும் பக்கத்தில் இருந்த மாகாளி அம்மன் தெருவில் அந்த வீட்டுக்கு வஸந்த்தும் கணேஷும் போனபோது, இன்பா ஒரு காகிதக் கைக் குட்டையால் மூக்கை அழுத்தித் துடைத்து 'ஹ்னார்ர்' என்று சப்தம் பண்ணிக் கொண்டிருந்தாள்.

'அழுவாதீங்க, போலீஸ் வேலைல இதெல்லாம் சகஜம்.'

'ஒரு சுகாண்டரில் போட்டுட்டு படுத்துருங்க. பளிங்கு மாதிரி கிளியர் ஆயிரும்.'

'வஸந்த், இந்த இடத்தில் ஒரு கொலை நடந்திருக்கு!'

'அதனால் என்ன? சைனஸ் வராமப் போயிருமா பாஸ்?'

'இப்ப என் சைனஸ் முக்கியமில்லை.'

'என்ன ஆச்சு?' என்றான் கணேஷ்.

'அதே கழுத்து வெட்டு, அதே மாதிரி கரோடிட் ஆர்டரியைக் குறி வைக்கிறான். அதே மாதிரி

வாஷிங்மெஷின் ரிப்பேர் செய்யறதா வந்துருக்கான். வாட்ச்மேன்கூட விசாரிச்சிருக்கான்.'

'அடையாளம் செல்லப்பாதானே?'

'ஆமாம்.'

ஒரு ஸ்ட்ரெச்சரில் வெள்ளைத் துணியால் மூடப்பட்ட உடல் வெளியே வந்து ஆம்புலன்ஸுக்குள் ஏற்றப்பட்டது. வளைக் கரம் மட்டும் வெளியே தெரிந்தது.

'நகையெல்லாம் எடுத்துருங்கப்பா, காணாம போயிரும்.'

'என்ன வயசிருக்கும்?'

'இறந்தவங்களுக்கா? தர்ட்டிஸ். 'விபா'ன்னு பேரு.'

'புருஷன்?'

'வாச ரூம்ல உக்காந்திருக்கார் பாருங்க. இடிஞ்சு போயி'

'இதுவும் கணவன் மனைவி சந்தேக கேஸா.'

'விசாரிக்கலை.'

'விசாரிக்கட்டுமா? பேர் என்ன சொன்னிங்க?'

'வினேய்யோ வினாயோ. அது இருக்கட்டும், இந்த அட்ரஸ் உங்களுக்கு எப்படிக் கிடைச்சுது கணேஷ்.'

'வாத்யாருக்கு ரஜினி மாதிரி ஒரு ஐ பவர் உண்டு.'

'புளுகாதரா, அந்த டாக்டர் வினோதன்கிட்ட கன்சல்ட் பண்ண வந்தவங்க லிஸ்ட்டை செல்லப்பா திருடிருக்கான். அது ஒரு ப்ரிண்ட் அவுட் கெடைச்சுது.'

'அதில் சத்யா, மாதவராவ், அப்புறம் அடுத்த விலாசம்தான் இது.'

'அந்த வரிசைலதான் போறான்னா அடுத்தது இந்த மாகாளி அம்மன் விலாசமா இருக்கும்னு கெஸ் பண்ணேன்.'

இன்பா பட்டியலை பிரமிப்புடன் பார்த்தாள். 'இப்படியும் நடக்குமா கணேஷ்?'

'நடந்திருக்கே.'

'நீங்க எதற்கும் முன் ஜாக்கிரதையா பட்டியல்ல உள்ளவங்க அத்தனை பேரையும் கூப்பிட்டு வையுங்க. பக்கத்தில் இருக்கிற போலீஸ் ஸ்டேஷனுக்குச் சொல்லி எச்சரிக்கையா இருக்கச் சொல்லுங்க.'

'மிகப் பெரிய மேன்ஹண்ட் மனித வலை வீசப்போறிங்க. உங்க பேரு நேஷனல் டி.வி, ஏன், பி.பி.சி ரேஞ்சுக்கு போகப்போறது, வாழ்த்துக்கள்' என்று வஸந்த் அவளை நோக்கிக் கை நீட்டினான்.

'இனிமே அவன் இந்த வரிசையிலதான் கொல்வான்னு...'

'நிச்சயமில்லை. அவனைப் பிடிச்சே ஆகணும்.'

'ஆமாம். அவன் உள்ளுக்குள்ள ஏதோ ஒரு சங்கிலி அறுந்து போயிருச்சு. இனிமே அவன் காரணமில்லாம எதிரே வர்ற பொம்பளைங்களை எல்லாம் கொல்லத் தொடங்கலாம்.'

'அய்யோ சொல்லாதிங்க.'

'பயப்படாதிங்க, 'எக்ஸ்யூஸ் மி மேடம். நீங்க உங்க கணவருக்கு துரோகம் பண்றிங்களா'ன்னு விசாரிச்சுட்டு பதில் வந்தப்புறம் தான் கொல்வான்.'

'அய்யோ, வஸந்த் போட்டு அறுக்காதிங்க.'

இன்பா அந்தப் பட்டியலை எடுத்துக்கொண்டு வேகமாக ஜீப்பில் இருந்த ரேடியோவுக்குச் சென்றாள்.

'கண்ட்ரோல் ஃப்ரம் ஆல்ஃபா, யூ ரீட் மீ?'

மூக்கு சிவந்தவளைக் கவனித்துக்கொண்டிருந்த கணேஷ் 'சளைக்க மாட்டேங்கறா பாரு!'

'இந்தத் தடவை மாட்டிருவான் பாஸ்! துருக்கி நாட்டு பூகம்பத்தில இறந்தவங்க பாடிங்கள எண்ணினவங்க சொன்னாப்பல, திஸ் இஸ் டூ மச்!'

கணேஷ் அவனை முறைத்துப் பார்த்து, 'எந்த இடத்துல எந்த உவமானம்டா! நீ உருப்படவே மாட்டே. ஒண்ணு பண்ணலாமா, இன்பாவுக்குத் துணையாப் போகலாமா?'

'என்ன பாஸ் இத்தனை அக்கறை, கன்ஸர்ன், ஈடுபாடு, பாரபட்சம்?'

'அபாயத்துல இருக்கா. அதனால.'

'அது மட்டும்தானா, இல்லை ஏதாவது மனசுக்குள்ள ஹார்மோனி யமா?'

'போடா!'

இருவரும் அந்தக் கணவனை அணுகினார்கள். அறையில் உட் கார்ந்து புகை பிடித்துக்கொண்டிருந்தான். ஆஷ்டிரே சிகரெட் புழுக்களால் நிரம்பியிருந்தது.

'மிஸ்டர் வினய்?'

'வினாயகம், செல்வ விநாயகம், ப்ளீஸ் டு மிட் யூ. நீங்க யாரு?'

'லாயர்ஸ்'

'அதுக்குள்ளவா?'

'புரியல.'

'முதல்ல போலீஸ்தான வரும்?'

'எங்களுக்குத் தெரியவேண்டியதெல்லாம், நீங்க ஜேம்ஸ் வினோதன்னு ஒரு டாக்டரை கன்சல்ட் பண்ணுனிங்களா?'

'ஓ மை காட்! எப்படித் தெரியும் உங்களுக்கு?'

'பயப்படாதிங்க. கன்சல்ட் பண்ணிங்களா?'

'ஆமாம். அப்ப உங்களுக்கு விபாவைப் பத்தியும் தெரியுமா?'

'விபாங்கறது?'

'இறந்துபோனாளே ராட்சசி.'

'டாக்டர் உங்களுக்கு என்ன அட்வைஸ் கொடுத்தார்?'

'விபாவையும் அழைச்சுட்டு வரச் சொன்னார். டாக்டரே கொன்னிருப்பார்ங்கறிங்களா?'

'சேச்சே. இல்லை சார். செல்லப்பான்னு ஒரு மேனியாக் கிறுக்கு பிடிச்சவன் டாக்டர்கிட்டருந்து லிஸ்ட் எடுத்துட்டு போய் கொன்னுகிட்டு இருக்கான்.'

'யாரோ காதில் கடுக்கன் போட்டு ஒருத்தன் ரிப்பேர் பண்ண வந்ததா வாட்ச்மேன் சொன்னானே அவனா?'

'சாட்சாத்.'

'எம்மேல பழி வராதில்லை. இத பாருங்க!' என்று அலமாரி யிலிருந்து ஒரு கடிதக் கட்டை எடுத்துக் கொடுத்தார்.

வஸந்த் அவற்றை மேலோட்டமாகப் பார்த்தான்.

'என்னடா?'

'இனிய விபாக் குட்டி, செல்லக்குட்டி, செல்லக்கண்ணு, லவ் லெட்டர்ஸ்! நீங்க எழுதினீங்களா?'

'நானா, என் ஜென்மத்தில இந்த மாதிரி கன்னாபின்னானு கடுதாசி எழுத மாட்டேன் சார். என் மனைவிக்கு வந்தது. அதை என்னண்டை என்ன தைரியமாக் காட்றா சார்! எப்படி இருக்கும் எனக்கு? கல்யாணம் ஆனப்புறம் கிழிச்சு போட்டிருக்கணுமா இல்லையா? இவள என் மனைவியா, என் சந்ததியை வளர்க்க, என் புத்திரர்களைப் பெற்றுகொடுக்க எப்படி ஒத்துக்க முடியும்?'

'அதுக்குத்தான் டாக்டர்கிட்ட போனீங்களா?'

'ஆமாங்க. அவர் அதில் ஸ்பெஷலிஸ்டு. எல்லா மேட்டரையும் தீர்த்து வெக்கிறார்; கேள்வி பதில தெளிவா எழுதறார்னு சொன்னாங்க. இப்படி விபரீதமாகும்னு நினைக்கல. அவளை சாகடிக்க விரும்பலை சார். ஜாதகத்தில் பொருத்தம் பார்க்காம கல்யாணம் பண்ணிட்டேன். தப்பு சார். ஆதாரமா நட்சத்திரப் பொருத்தம்கூட இல்லை. சிவப்புத் தோலை பார்த்து மயங் கிட்டேன். டாக்டருக்குப் போறதுக்கு பதிலா பேசாம உங்க மாதிரி வக்கீலாண்டை வந்திருக்கணும் நீங்க டைவர்ஸ் பாக்கறிங்களோ.'

'இப்ப அது உங்களுக்கு தேவைப்படாது. சீப்பா முடிஞ்சு போச்சே!'

'வஸந்த்!'

வெளியே இன்பா இன்னும் புறப்படவில்லை.

தொலைக்காட்சி, பத்திரிகைக்காரர்கள் அவளைச் சூழ்ந்திருந்தார் கள். மாநில, தேசிய தனியார் தொலைக்காட்சிகளில் அனைத்து

மைக்குகளும் அவள் முகத்தின் முன் நீட்டப்பட்டிருந்தன. அவ்வப்போது ஃப்ளாஷ்கள் பளிச்சிட்டன.

'ஒரு டைட் க்ளோஸ் அப் எடுத்துரு ரமேஷ். ஷி இஸ் ஏ க்ரேட் லுக்கர்.'

'மேடம் இது அஞ்சாவது கொலைங்கறாங்க.'

'இல்லைங்க. மூணு கொலை. ஒரு கொலை முயற்சி.'

'எல்லாம் ஒரே ஆள்தான் பண்ணிருக்கணும்னு சொல்றீங்களா?'

'அப்படித்தான் தோணுது. முதலாவது இன்னும் கன்பர்ம் ஆகலைங்க.'

'அவன் போலீசுக்கு முன் அறிவிப்பு கொடுத்துட்டு இன்ன இடத்தில் வந்து கொலை செய்வேன்னு ஈ மெய்ல் மெசேஜ் கொடுத்துட்டுத்தான் செய்யறானாமே?'

'இல்லைங்க.'

'அடுத்த கொலை யாருங்க. சொன்னா லைவா கவர் பண்ணலாம்னு பாக்கறம். டி.வி. உலகத்திலேயே ஒரு புதுமை செய்யலாம்னு!'

'பாஸ்டர்ட்' என்று கணேஷ் கோபப்பட்டு அங்கே செல்ல முற்பட்டபோது வஸந்த் தடுத்தான். 'பாஸ், அப்படித்தான் கேப்பாங்க. அவங்க டி.என்.ஏ. அது. எதுவும் புனிதமில்லை. இப்ப நீங்க கிட்ட போனா உங்களையும் இன்பாவையும் வெச்சு கிசுகிசு பண்ணிருவாங்க.'

'சென்னை மக்களுக்கு ஏதாவது சொல்ல விரும்பறிங்களா மேடம்?'

'ஆமாங்க எங்கிட்ட அவனை ஐடி கிட்ல வரைஞ்ச படம் இருக்குது, அவன் அடையாளங்கள் இருக்குது, ஒல்லியா நிறைய தலைமயிர் வெச்சுகிட்டு, காது கடுக்கன், கொஞ்சம் மென்மையான தோற்றம். பெரும்பாலும் கருப்பு, கருநீல டிரஸ் போடறான், ஜீன்ஸ் பாண்ட். குழா ரிப்பேர், கம்ப்யூட்டர் ரிப்பேர், வாஷிங் மெஷின் ரிப்பேர்னு யாராவது வந்தா அனுமதிக்காதிங்க. உடனே அருகாமை போலீஸ் நிலையத்துக்கு போன் போட்டுருங்க. பெண்கள் தனியா இருக்க - குறிப்பா கல்யாணமான பெண்கள் - தற்காப்பா எதாவது ஆயுதம் வெச்சுக்கறதுகூட நல்லது.'

‘அந்த ஆளை நீங்க பாத்திருக்கிங்களா மேடம்?’

‘என்னைத் தாக்கியிருக்கான். அப்புறம் யாராவது சாக்லேட், பிஸ்கட் போல பண்டங்கள் கொடுத்தா வாங்காதீங்க. வாங்கினாலும் சாப்பிடாதீங்க. மயக்க மருந்தா இருக்கலாம்.’

‘அடுத்து யாரைக் கொல்ல போறான்னு போலீஸுக்கு தெரிய வந்ததுங்கறாங்க. உங்க மெத்தனத்தாலயும் தாமதத்தாலயும் தான்...’

‘இல்லைங்க. இந்தக் கேள்விக்கு நான் பதில் சொல்ல விரும்பலிங்க.’ கணேஷ் இங்கிருந்து பார்த்து ‘நல்லாவே ப்ரஸ்ஸை ஹாண்டில் பண்றா’ என்றான்.

அவர்கள் தொடர் கேள்விகளைப் புறக்கணித்து விட்டு ஜீப்பில் ஏறச் சென்றாள்.

‘மேடம் நீங்க இப்ப எங்க போறிங்க?’

‘வீட்டுக்கு’ என்றாள்.

‘அடுத்த கொலைக்கு அழைப்பு வருமா பாஸ்?’

‘எனக்கென்னவோ வராதுன்னு தோணுது வஸந்த்.’

‘எப்படிச் சொல்றிங்க.’

‘அவனும் டி.வி. பார்ப்பான் இல்லை? கொஞ்ச நாளைக்கு ஹிவில் லை லோ!’

‘எனக்கென்னவோ இவன் டி.வி.ல பார்த்து ரத்து பண்ற அல்லது ஒத்திப்போடற ஆசாமியா தெரியல. கிறுக்கு, தலைக்கிறுக்கு, பைத்தியம் பிடிச்சிருக்கணும்’ என்றான் வஸந்த்.

அப்போது வஸந்தின் செல்போன் ஒலித்தது.

‘நம்ம ஆளாத்தான் இருக்கணும்.’

‘இன்பா மேடம் இருக்காங்களா?’

‘நீங்க யாரு பேசறது?’

‘செல்லப்பான்னு சொல்லுப்பா. எங்க அவங்க?’

‘சொல்ரா சோமாரி! உன்னை கொல்றதுக்கு முன்னாடி ரெண்டு காயையும் கசக்கறதுக்கு கட்டை தயார் பண்ற வஸந்த் பேசறேன்.’

‘எப்ப வேணா வா வஸந்த் குமாரா!’

‘மகா சன்னிதானம் எங்கிருந்து பேசறிங்க?’

‘இன்பா மேடம் வீட்டிலிருந்து. அவங்களை வீட்டுக்கு வரச் சொல்லுங்க.’

‘அவங்க வீட்டுக்குத்தான் வந்துகிட்டிருக்காங்க!’

‘வெரிகுட்! ஸ்ப்ளெண்டிட்!’

‘என்னது!’ கணேஷின் முகம் வெளிறிப்போனது.

‘அய்யோ கவிதா!’ என்று அலறினான்.

‘அந்தப் பொண்ணு தனியா இருக்குதா?’

22

ஜென் காரை வஸந்த் செலுத்திக்கொண்டிருக்க கணேஷ் காரின் க்ளவ் கம்பார்ட்மெண்டைத் திறந்து பார்த்தான்.

'என்ன பாஸ்?'

'துப்பாக்கி இருந்ததே?'

'இருக்குமே, சரியாப் பாருங்க.'

'இல்லை.'

'ஆபீஸ் டிராயர்ல இருக்கு. எடுத்துக்கிட்டு போகலாமா?'

'நேரமில்லை. போலீஸ்காரங்க சுட்டுக்கட்டும்.'

வஸந்த், மஞ்சளிலிருந்து சிவப்புக்குத் தாவும் விளக்கை வென்றதில் அவன் பின்னால் சில டயர்களின் கீறிச்சுகள் கேட்டன.

'ஏய், சோமாரி! கண்ணு பொட்டையா?' என்று ஒரு ஆட்டோ அதட்டியது. கணேஷ் அதைக் கவனிக்கா மல் சிந்தனையின் தொடர்ச்சியாக...

'எடுத்துட்டுப் போனாலும் தற்காப்புக்காகத்தானே பயன்படுத்த முடியும்? வஸந்த், செல்லப்பாவைச் சுட்டா அது குற்றம் ஆகுமாடா?'

'நிச்சயம் பாஸ்.'

‘தற்காப்புக்காக?’

‘வாட் எவர்.’

‘இவ்வளவு குற்றம் பார்த்துட்டம், குற்றங்கறது என்னன்னே எனக்குக் குழப்பமா இருக்கு.’

‘சட்டம் அதில கிளியரா இருக்கு பாஸ். இன்ஜுரி, காயம் ஏற்படுத்தற எதுவும் குற்றம்.’

‘உடல் காயமா?’

‘உடல்ல, மனசில, ஏன் பணத்தில.’

அவர்கள் சென்றபோது இன்பா வந்து சேரவில்லை. அபார்ட்மெண்ட் கட்டடமே மௌனமாக இருந்ததில் எச்சரிக்கை ஒளிந்துகொண்டிருந்தது.

அவசர அவசரமாகப் படி ஏறிச் செல்லும் அதே சமயம் ஜீப் வந்து நின்றது. இன்பா அவர்களை முந்திச் சென்று தன் ஃப்ளாட்டுக்குள் நுழைந்தாள்.

‘செல்வி, கவிதா எங்கே? எங்கே? கவிதா கண்ணு’ எனப் பதற்றத்துடன் கேட்டாள்.

வேலைக்காரப் பெண் செல்வி, ‘உங்க அண்ணன் வந்து எடுத்துட்டுப் போனாருங்களே?’

‘அண்ணனா முட்டாள் பெண்ணே, நீ என் அண்ணனைப் பார்த்திருக்கியா?’

‘இல்லைங்க. ஒரு முறை சொல்லியிருக்கிங்க அண்ணன் இருக்கிறதா, அவர் தானாக்கும்னுட்டு.’

‘என்ன சொன்னான்?’

‘ஏதோ கை கால் விளங்கறதுக்கு கேரளா ட்ரீட்மெண்டுக்காக கவிதாவை நீங்கதான் கூட்டி வரச் சொன்னதாச் சொன்னாருங்க அந்தாளு.’

‘அவனுக்கு மரியாதை வேறயா!’ என்றான் வஸந்த்.

‘அய்யோ உன்னை நம்பி ஒப்படைச்ச குழந்தையைக் கொடுத்துட்டியே. ஒப்படைச்சுட்டு போனனே செல்வி!’

இன்பா தரையில் உட்கார்ந்துகொண்டு தலைகுனிந்து அழுதாள். கணேஷ் அருகில் சென்று அவள் தோள்களைப் பற்றினான்.

‘பயப்படாதீங்க இன்பா.’

‘பயப்படாம எப்படி இருக்க முடியும் கணேஷ்?’

வஸந்த், ‘ஏய் செல்வி முதல்ல அழுவாச்சியை நிறுத்து, எப்படி வந்தான் அந்தாளு? யாரு அவனை உள்ள விட்டது?’

‘வாட்ச்மேன்தான் கூட்டி வந்தாருங்க, அந்தாளு அம்மாவோட அண்ணன் இல்லையா?’

‘அந்தாளு இன்பாவுடைய அண்ணன்னா நீ எனக்கு தங்கச்சி. முட்டாள் பெண்ணே, எப்படி இருந்தான் அதையாவது சொல்லு. காதில் கடுக்கன், ரப்பர் பேண்டு, தலைமுடி பொம்பளை மாதிரிதானே.’

‘அப்படித்தாங்க.’

‘உனக்கு ஒரு கெடிகாரத்துக்கு உள்ள மூளை இருந்தாக்கூட அவன் இன்பா அம்மாவுடைய அண்ணன் இல்லைன்னு தெரிஞ்சிருக்கும். அவ்வளவு வடிகட்டின முட்டாள் நீ?’

செல்வி பெரிசாக அழ ஆரம்பித்தாள். ‘அய்யோ ஏமாந்துட்டனே.’

‘இப்ப அழு! எப்படி அழைச்சுட்டுப் போனான்?’

‘தூக்கிட்டுப் போனான். பாப்பா பயந்து பயந்து அழுதுகிட்டே போச்சு. அப்பவே சந்தேகப்பட்டிருக்கணும். இதுக்குத்தான் நாலு எழுத்துப் படிச்சிருக்கணும்ங்கறது.’

‘படிச்சவங்களையும் அவன் ஏமாத்தியிருக்கான். ஏதாவது வண்டி கொண்டாந்திருந்தானா?’

‘ஆட்டோல போனதா வாட்ச்மேன் சொன்னாரு.’

இன்பா ‘நான் என்ன செய்வேன்’ என்று இடிந்துபோய், உட்கார்ந்து அங்கலாய்த்தாள். கணேஷின் தோள்மேல் சாய்ந் திருந்தாள்.

‘இந்நேரம் கொன்னிருப்பான் கணேஷ். அய்யோ அய்யோ கவிதா...’

'உளறாதிங்க. கொல்றதால அவனுக்கு ஏதும் லாபமில்லை.'

'பின்ன என்ன பண்ணுவான்?'

அப்போது போன் ஒலித்தது.

அவர்கள் ஒருவரை ஒருவர் பார்த்துக்கொள்ள சற்று நேரம் அது ஒலித்தது.

'கால் ட்ரேஸ் பண்ண ஏற்பாடு இருக்கு. எக்ஸ்சேஞ்சில் சொல்லி வச்சிருக்கோம்!'

'வஸந்த் எடுரா.'

'இன்பா நீங்கதான் எடுக்கணும். என்ன சொல்றான்னு கேட்டுங்க, ப்ரவோக் பண்ணாதிங்க. கிறுக்கன்'

இன்பா எடுத்தாள். வஸந்த் அதை ஸ்பீக்கர் ஃபோனில் எல்லோரும் கேட்கும்படி போட்டான். 'மேடம் நான் செல்லப்பா பேசறேன். உங்க தங்கச்சி, சாரி நம்ம தங்கச்சி எங்கிட்ட பத்திரமா இருக்கா. அவளுக்கு என்ன ஆகாரம் கொடுக்கணும்? என்ன வேணும்னு சொல்லத் தெரியல. பாராப்ளெஜிக்கா, டவுன்ஸ் ஸிண்ட்ரோமா?'

'செல்லப்பா டேய்! அந்தப் பெண்ணை விட்டுர்றா... விட்டுர்றா.'

'விடத்தான் போறேன். ஆனா எனக்கு ஒரு சந்தேகம். வாழ்நாள் பூரா இந்தப் பெண்ணை வச்சுக் காப்பாத்தப் போறீங்களா மேடம்? யூ ஆர் கிரேட் மேடம்!'

இன்பா தாங்க முடியாமல், 'கணேஷ் நீங்க பேசுங்க இந்தப் பைத்தியத்தோட' என்றாள்.

கணேஷ், 'செல்லப்பா நீ எல்லை மீறிப் போய்ட்ட. அந்தப் பொண்ணை ஏதாவது செய்தே, உன்னை உலகத்தின் கோடிவரை துரத்தி பழி வாங்கிருவாங்க. போலீஸ் இலாகாகூட விளையாடதே!'

'யாரு? கணேஷா? வந்தாச்சா? உன் தறுதலை சினேகிதன், பொம்பளை பொறுக்கி வஸந்த குமாரனும் வந்திருக்கானா? கணேசா பாரு, நீ இன்பாவை டாவடிக்கிறதான? நீ சொன்னா கேப்பா. அவகிட்ட எனக்கு தேவைப்பட்டதெல்லாம் ஒண்ணே

ஒண்ணுதான். ப்ரேர்ணா... அவளைத் தனியா முடிச்சுட்டு குழந்தையை விட்டுர்றேன். பேர் என்ன கேளு, பேரு கேட்டா சொல்ல மாட்டேங்குது. ஏறக்குறைய வெஜிட்டபிள்ப்பா. மறுபடியும் இன்பா கிட்ட சொல்லு ஹாட்ஸ் ஆஃப் டு த லேடி. இந்த மாதிரி தாவரத்தை வருஷம் பூரா வெச்சு காப்பாத்தணும்னா க்ரேட் யார், க்ரேட் லேடி.'

'இப்ப ப்ரேர்ணா எதுக்கு?'

'அவளை நான் கொன்னாகணுமே. அதுக்காகத்தானே இத்தனை அல்லாட்டமே? லிஸ்ட்ல முதல் பேரே அவதானே.'

'யூ ஆர் ரேவிங் மேட், செல்லப்பா.'

'இல்லைப்பா. நான் உன்னை விட ஸேன்.'

'அது சரி, உன்னை ஒரு கேள்வி கேக்கணும். நீ கடைசியா என்ன புத்தகம் படிச்ச?'

'தனிப்பாடல் திரட்டு!'

'காளமேகப் புலவர் அண்ட் ஆல் தட்! அது அவுட் ஆஃப் ப்ரிண்ட் ஆச்சே, எங்கே கிடைச்சது?'

'எங்க படிச்சா உனக்கென்ன. கேளு-

> கண்ணபுர மாலே கடவுளினும் நீஅதிகம்
> உன்னிலுமே யானதிகம் ஒன்றுகேள் - முன்னமே
> உன்பிறப்போ பத்தாம் உயர்சிவனுக் கொன்றுமில்லை
> என்பிறப்பு எண்ணத் தொலையாதே...

காளமேகப் புலவர் தெரியுமா?'

'தெரியும், இப்ப என்ன வேணுங்கறே?'

'ப்ரேர்ணா தனியா வந்து என்னைச் சந்திக்கணும். ப்ரேர்ணாவைக் கொண்டு வா, கவிதாவைப் பண்டமாற்று செய்யறேன்.'

'எப்ப?'

'எப்ப, எங்கே, எல்லாம் என் அடுத்த புல்லட்டினுக்குக் காத்திருக் கவும் ட்டடாய்ன்! இன்பா மேடத்தை கூப்பிடு. இந்தப்

பொண்ணு தானாவே வெளிக்குப் போற பழக்கம் இருக்கான்னு கேக்கணும்.'

கணேஷ் போனை வைத்தான். 'டிஸ்கஸ்டிங்' என்றான்.

'இவனப் போல பைத்தியம் முற்றிப் போனவனைப் பார்த்த தில்லை. அவன்கிட்ட போய் காளமேகப் புலவர் கண்ணபுரம்னு பேசிக்கிட்டிருக்கிங்க!'

'காலை நீட்டிக்கணும் இல்லை? இன்பா, எக்ஸ்சேஞ்சைக் கூப்பிட்டு தகவல் கேளுங்க. உங்க போனை மானிட்டர் பண்ண ஏற்பாடு இருக்கில்லை?'

'இருக்குது கணேஷ். ஆனா செல்போன்லன்னா பேசறான்.'

'இந்தமுறை ஏதோ பூத்லருந்து பேசறாப்லாதான் தோணிச்சு. எதுக்கும் டெலிபோன் டிப்பார்ட்மெண்ட்ல கேட்டுருங்க.'

'காளமேகப் புலவரை மேற்கோள் காட்டறான். என்ன ஒரு குழம்பிப்போன ஆசாமி பாருங்க!'

இன்பா, 'கவிதாக் கண்ணு நான் இல்லைன்னா சாப்பிடாது கணேஷ். அவளுக்குன்னு ஸ்பெஷல் டயட் இருக்கு. ஸீரியல்ஸ் தவிர வேற எதுவும் ஒத்துக்காது. ஒரு நாள்ள செத்துருவா கணேஷ். திகில்லயே செத்துருவா! நான் என்ன பண்ணுவேன்? எப்படி இவனைத் தேடறது?'

'நம்பரை ட்ரேஸ் பண்ணிப் பார்க்கலாம்; அடுத்த முறை நிச்சயம் கூப்பிடுவான்.'

டெலிபோன் அதிகாரிக்கு போன் செய்தாள். 'அந்த கால் எக்மோரிலிருந்து வந்திருக்கு மேடம். நம்பரைப் பார்த்தா ஒரு எஸ்.டி.டி. பூத் நம்பராத் தெரியுது. வீட்டு நம்பர் இல்லை.'

'குட். கவலைப்படாதிங்க இன்பா. இதை என் கேரியர்லயே பெரிய சவாலா எடுத்துக்கறேன். இப்ப என்ன மணி? இரண்டரை. ராத்திரி எட்டு மணிக்குள்ள இவனை நான் புடிச்சுக்காட்டறேன். அதுவரை போன் வந்தா அவன் பேசறதை எல்லாம் கேட்டுக் கிட்டு இருங்க; கோபப்படாதிங்க. ஏற்பாடு பண்ணிகிட்டிருக் கோம்னு சொல்லுங்க.'

'எப்படிப் பிடிப்பீங்க பாஸ்.'

'தெரியல, ஆனா பிடிச்சாகணும். லெட் மி திங்க்' என்றான் கணேஷ். 'ஐ நீட் எ சிகரெட்.'

கன்னத்தில் கை வைத்து மிரள விழித்துக் கொண்டிருந்த செல்வியை செவிட்டில் அறைவதுபோல பாவனை செய்து விட்டு வஸந்த் புறப்பட்டான்.

பின்னால் வந்த கணேஷ் திரும்பி ஒருமுறை இன்பாவைப் பார்த்தான்.

'போலீஸ் அதிகாரி அழக்கூடாது. தைரியமா இருங்க.'

'எப்படி கணேஷ், எப்படி? அந்தக் குழந்தை எந்தப் பாவமும் அறியாத துரதிர்ஷ்டக் குழந்தை. அதுக்கு இருக்கிற இன்னல்கள் போதாதா? கடவுள் ஏன் இப்படிச் சோதிக்கணும்?'

'கடவுளே சந்தேக கேஸ்ங்க' என்றான் வஸந்த்.

'கொல்லமாட்டான். கொல்லமாட்டான்.'

கணேஷும் வஸந்த்தும் கட்டடத்தை விட்டு விலகிச் சென்ற போது, 'பாஸ் எங்க போகணும்?'

'சும்மா எக்மோர் பக்கம் ஓட்டு, ஏதாவது தோணுதா பார்க்கலாம்.' அண்ணா சாலையிலிருந்து பிரிந்து அப்போலோ ஆஸ்பத்திரியைக் கடந்து பாலத்தில் திரும்பி நேராக ஓட்டினான்.

கோ-ஆப்டெக்ஸ் அருகில் செல்லும்போது கணேஷ், 'வஸந்த் கொஞ்சம் கன்னிமரா நூலகத்துக்குப் போ, ஒரு புத்தகம் பார்க்கணும்.' மர நிழலில் காரை நிறுத்த, வஸந்த், 'பாஸ், அல்சா மால்ல நம்ம பிரெண்டு ஒருத்தி கில்மா பார்ட்டி பாஸ்கின் ஐஸ்க்ரீம் பார்லர்ல வேலை செய்யறா, பாத்துட்டு வந்துர்றேன். என் உதவி தேவையா இருக்காதே?'

'சாவியைக் குடுத்துட்டுப் போ.'

வஸந்த் சாலையைக் குறுக்கே கடந்து செல்ல, கணேஷ் நூலகத்தை அணுகினான்.

'அம்மையப்பன் இருக்காருங்களா?'

'அவரு எம்.எல்.ஏ ஹாஸ்டல் போயிருக்காரே. நீங்க?'

'அவர் ஃப்ரெண்டு கணேஷ்.'

'ஓ வாங்க சார். ஸாரி முதல்ல அடையாளம் கண்டுகொள்ள முடியலை. டிவில எல்லாம் வரீங்களே.'

'உங்க பேரு?'

'ஷைலஜா.'

'ஷைலஜா, ஒரு சின்ன உதவி பண்ணுவிங்களா? செல்லப்பான்னு பேர்ல யாராவது உங்க மெம்பர் இருக்காரான்னு பாத்துச் சொல்ல முடியுமா?'

'முடியுமே, இப்பத்தான் எல்லாம் கணிப்பொறி பண்ணிட்டாங் களே.'

அந்தப் பெண் ஒரு டெர்மினலில் பார்த்து 'என்ன ஸ்பெல்லிங்?'

'எஸ்.ஸி. ரெண்டுலயும் பாருங்க.' அவள் சிறிது நேர விரல்... விளையாட்டுக்குப் பிறகு.

'இல்லைங்க. செல்லதுரை, செல்வநாயகம், செல்லம்மாள்.'

'செல்லப்பா?'

'இல்லைங்க.'

கணேஷ் ஏமாற்றத்துடன் திரும்புபோது பளிச் என்று மற்றொரு யோசனை தோன்றியது.

23

கணேஷ் சிந்திக்கத் தொடங்கிவிட்டால் அவன் எண்ண ஓட்டத்தைத் தொடர்வது கடினம் என்பது வஸந்த்துக்குத் தெரியும். ஆதலால், கொஞ்சம் விட்டுப் பிடிப்பான். அந்தத் தருணங்களில் சாரதியாகத்தான் பணிபுரிவான்.

'மறுபடி கன்னிமரா லைப்ரரிக்குப் போ, வஸந்த்.'

'என்ன சார், இப்பத்தான் போனிங்க அதுக்குள்ள வந்துட்டிங்க' என்றார் பார்க்கிங் ஆசாமி.

'மனசு மாறிட்டம் முனுசாமி.'

'வஸந்த், அரைமணிக்குள்ள வரலைன்னா உள்ள வந்து ஞாபகப்படுத்து, ரெஃபரன்ஸ் செக்ஷன்ல இருப்பேன்.'

'சுவாரசியமான புத்தகத்தைக் கண்டா தங்கிருவிங்க தெரியும் பாஸ். அப்ப அல்சா மால் போகவேண்டாங் கறிங்க.'

'இங்கேயே இரு. அதோ டிரானோசாரஸ், கற்கால மிருகம். பார்த்துக்கிட்டே இரு.'

'தலை எழுத்து! தற்கால கில்மா மேட்டருக்கு பதிலா கற்கால மிருகம்!'

பதினைந்து நிமிஷத்தில் கணேஷ் வெளியே வந்தான்.

அவன் கையில் ஒரு சிறிய குறிப்புச் சீட்டு இருந்தது.

அதைக் காட்டி, 'நேர இந்த அட்ரஸுக்குப் போ' என்றான்.

அந்தச் சீட்டில், 'செல்வா 17, ராமன் காலனி, மேற்கு மாம்பலம், சென்னை - 53, என்று எழுதியிருந்தது. 'வேகமா ஓட்டுடா.'

'பாஸ், இந்த ஃபேஸ்லைன்ல, முகவரியில் யார் இருக்காங்கன்னு கேக்கலாமா?'

'கேக்கலாம்.'

'யாரு?'

'தெரியாது. ஐ எம் ஃபாலோயிங் எ ஹன்ச்.'

'அந்த ஹன்ச்சு என்ச்சுன்னு சொல்ல முடியுமா?'

'முடியாது.'

'சுத்தம். இந்த கேஸ் முடிஞ்சப்புறம் தனியாப் போயிர்றேன் பாஸ்.'

'ஏண்டா?'

'முதலாளி சரியில்லை. இளம் இன்ஸ்பெக்டருக்காக உசிரை விடறாரு.'

'உன்னை கவனிக்கிறவிதத்தில் கவனிக்கிறேன். சரி போ.'

ராமன் காலனி எங்கே இருக்கிறது என்பது கடுமையான லோக்கல் ஆசாமிகளுக்கே சந்தேகமாக இருந்தது. துரைசாமி பாலம் தாண்டியதும் ஒரு ஹார்டுவேர் கடையில் உசாவியதில் மூக்கின் மேல் விரல் வைத்து யோசித்து,

'நேராப்போ, பீச்சாங்கைல திருமு, சோத்துக்கை பக்கம் ரண்டாவது சந்து.'

'டேய் அது ராகவன் காலனிடா. சார் கேக்கறது ராமன் காலனி.'

'ரெண்டும் ஒண்ணுதானே கபாலி?'

'இவனக் கேக்காதிங்க. கூமுட்டைங்க. இவனுக்கு எல்லா காலனியும் ஒண்ணுதான். வயி மட்டும் வக்கனையா சொல்வான்.'

'சரி, உங்களைக் கேக்கறன் தலைவரே. நீங்க சொல்லுங்க.'

'தெரியாதுங்க.'

‘போஸ்ட் ஆபீஸில கேளு.’

‘சரி, போஸ்ட் ஆபீஸ் எங்க இருக்கு?’

‘அது வந்து நேராப் போ, பிச்சாங்கைப் பக்கமாக திருமு, சோத்துக்கைப் பக்கம் ரண்டாவது சந்து. வரசொல்ல கவுன்சுக்க தலைவரே.’

‘நாசமாப் போச்சு.’

அடுத்தமுறை தினகரன் படித்துக்கொண்டிருந்த ஆட்டோ ரிக்ஷாவைக் கேட்டபோது,

‘மூணாவது சந்துங்க கட்டிங்குங்க. கட்டணக் கழிப்பறை இருக்கும். அதோட திருமுங்க.’

அந்த சந்து ப்ளைண்ட் லேன். இறுதியில் அந்த முகவரிக்கான வீடு இருந்தது. மாடியில் ஆஸ்பஸ்டாஸ் வேய்ந்த அறை தெரிந்தது. டி.வியில் கிரிக்கெட் ஓடிக்கொண்டிருந்தது பெயர்ப் பலகை ‘ஏ.எஸ்.தாமோதர்-இன்’ என்றது. மணியைப் பலமுறை அழுத்தினதும் ஒருவர் வந்து திறந்தார்.

‘இங்க செல்வான்னு…’

தாமோதருக்கு அம்பது வயதிருக்கும். இந்தாளு ஒரு எல் ஐ சி ஏஜெண்ட் என்று வஸந்த் யூகித்தான். இல்லை கட வித்வான்.

செல்வா என்றவுடன் முகம் உடனடியாக விரோதம் காட்டி புருவங்கள் சேர்ந்துகொண்டன.

‘அவன் இல்லை. காலி பண்ணிட்டுப் போய்ட்டான். வாடகை பாக்கி.’

‘எங்க போயிருக்கார் தெரியுமா?’

‘எங்க போறான், எப்ப வரான் ஒண்ணுமே தெரியாதுப்பா. பத்து நாளா ரூம் பூட்டிருக்கு. நேத்து ராத்திரி ஏதோ சப்தம் கேட்டுதுன்னு பக்கத்தில் சொன்னாங்க.’

‘அவர் எப்படி இருப்பார்?’

‘நீங்க யாரு முதல்ல?’

‘என் பேர் கணேஷ். இவன் வஸந்த்.’

'ஓ, டி.வி.ல வரது நீங்களா?'

'இல்லை. எங்களுடைய நிழல்.'

'வெரிகுட், என்ன கேட்டீங்க?'

'அதானுங்க, அந்த செல்வா எப்படி இருப்பான்?'

'நீளமா முடி, காதில கடுக்கண்...'

'ரப்பர் பேண்ட் குடுமி?'

'ஆமாம். எப்படித் தெரியும்?'

வஸந்த்தும் கணேஷும் பரஸ்பரம் பார்த்துக்கொண்டனர். 'ஏதோ கம்ப்யூட்டர்ல வேலை செய்யறதாச் சொன்னான். குளிக்கவே மாட்டான். போட்ட சட்டையே போட்டுண்டு, கப்பு அடிக்கும். அவனைக் காலி பண்ண வெச்சுட்டா உங்களுக்கு மகா புண்ணியம். உங்களுக்கு ஏதாவது பணம் தரணுமா? சாவியும் கொடுக்கல, வாடகையும் கொடுக்கலை. மாடி ரூம்லதான் இருந்தான். எதாவது தப்புக் காரியம் பண்ணிட்டானா?'

'ஆமாங்க, ரெண்டு மூணு பேத்தைக் கொன்னுட்டான்.'

அவர், 'ஹா? அட கிருஷ்ணா' என்று வாயைத் திறந்தவர் மூடவில்லை.

'மாடில பாக்கலாமா?'

'தாராளமா.'

மொட்டை மாடியில் வடகம் உலர்த்தியிருந்தது. துவைத்த துணிகள் கொடியில் காற்றில் ஆடிக்கொண்டிருந்தன. கேபிளால் பதவி இழந்திருந்த டி.வி. ஆன்டெனாவில் காக்கை கூடு கட்டியிருந்தது. கணேஷ் சப்தமிடாமல் எட்டிப் பார்த்தான்.

லேசான இருட்டு.

'வஸந்த் உடனே இன்பாவுக்கு போன் பண்ணி ஆரவாரமில்லாம வரச்சொல்லு.'

'என்ன பாஸ்?'

'உள்ள முனகற சப்தம் கேக்கறது. அவங்க வரட்டும். லெட் ஹர் ஹாண்டில் திஸ்.'

வஸந்த் செல்போனில் கூப்பிட்டு மொட்டை மாடியிலிருந்து இன்பாவுக்கு தகவல் முகவரி சொன்னான்.

கணேஷ் பூனைப் பாதங்களுடன் அணுகி அறைக் கதவை லேசாக முயன்று பார்த்தான். உள்ளே தாளிடப்பட்டிருந்தது.

'உடைக்கலாமா?'

'அவங்க வரட்டும். கீழ வாங்க.' கீழே இறங்கி வந்தார்கள்.

'சார்! தாமோதர்? ராத்திரி ஏதாவது ஆட்டோ கீட்டோ வந்ததா?'

'ஆமாம். பக்கத்துல சொன்னாங்க. யாரையோ தூக்கிட்டு வந்ததா. உள்ள ஆள் இருக்கா? எனக்கு பயமா இருக்கு. ஒண்ணு கிடக்க ஒண்ணு பண்ணிடப் போறான். பார்வையே சரியில்லை.'

இன்பா ஜீப்பில் வந்து இறங்கி, 'என்ன கணேஷ்'

'உங்க ஃப்ரெண்டு செல்லப்பா மேல இருக்கான் அல்லது இருந்தான்னு நினைக்கிறேன்.'

'குழந்தை?' என்றாள் பதற்றத்துடன்.

'ஐ திங்க் ஷி இஸ் இன் அண்ட் அலைவ்!

இன்பா தன் உதவியாளரை அழைத்தாள். 'செல்வராஜ், என்ன பண்ணலாம்'

'உடைச்சுரலாம் மேடம்.'

கணேஷ் பதற்றத்துடன், 'செய்யாதிங்க. உங்க தங்கை உயிருக்கு ஆபத்து. முதல்ல உள்ளே இருக்கானா இல்லை குழந்தையை வச்சுப் பூட்டிகிட்டு போயிருக்கானான்னு தெரியணும்.'

'எப்படிக் கண்டுபிடிப்பிங்க? அதுக்கு பேசத் தெரியாதே?'

'அதனாலதான், நான் சொல்றதைச் செய்யுங்க. நீங்க மட்டும் தனியாப் போங்க. முதல்ல செல்லப்பா இருக்கானா கண்டு பிடிங்க. இல்லைன்னா கதவை உடைச்சுரலாம். அவன்கிட்ட சமாதானமாப் பேசுங்க. தனியா வந்திருக்கறதா சொல்லுங்க.'

இன்பா தன் முகத்தின் ஈரத்தைத் துடைத்துக்கொண்டாள். மெல்ல மாடிப்படியை அணுகினாள். 'அப்புறம் இன்னும் ஒரு விஷயம்.

எதாவது ஏடாகூடமாச்சுன்னா சுடத் தயங்காதிங்க. ரிவால்வர் வெச்சிருக்கிங்க இல்லை?'

'இருக்கு. அவனை உயிரோட பிடிக்கத்தான் விரும்பறேன். தேவைப்பட்டா மட்டும் சுடறேன்' என்றாள்.

'மேடம் ஹி ஓஸ் மி மனி...'

அந்த மாடிப்படி ஏறி இன்பா அந்த அறையை அணுக, வஸந்த்தும் கணேஷும் சற்று தூரத்திலிருந்து பார்த்துக்கொண்டிருந்தார்கள்.

'செல்லப்பா?'

மௌனம்.

'செல்லப்பா. நான் இன்ஸ்பெக்டர் இன்பா வந்திருக்கேன். தனியா வந்திருக்கேன். நீ சொல்ற கண்டிஷனுக்கெல்லாம் ஒத்துக்கறேன். குழந்தையை வுட்டுரு.'

நீண்ட நேர மௌனத்துக்குப் பிறகு குரல் வந்தது.

'உன்னை எப்படி நம்பறது?'

'ஜன்னல் வழியாகப் பாரு. யாரும் இல்லை.'

வஸந்தும் கணேஷும் சுவர் ஓரம் ஒட்டிக்கொண்டார்கள். இன்பா தழுதழுத்தக் குரலில் 'குழந்தை எங்கே?' என்றாள்.

'இருக்கு, அவ எங்கே?'

'யாரு?'

'ப்ரேர்ணா. அவளைக் காட்டு. குழந்தையை விட்டுர்றேன்.'

'முதல்ல குழந்தையைப் பாக்கணும்.'

'தூங்கறது. ஒண்ணுமே சாப்பிட மாட்டேங்குது. துப்புது'

'கதவைத் திற!'

'ப்ரேர்ணாவை காட்டு, விட்டுர்றேன். அவ வரணும். அவகூட பேசணும் எனக்கு.'

கணேஷ் யோசித்தான். கொடியிலிருந்த சாரியை உருவினான். வஸந்த், அவன் மனத்தில் இருப்பதை உடனே உணர்ந்து அந்த

நைலான் சாரியைத் தன் உடலில் சுற்றிக்கொண்டான். தலையை முட்டாக்குப் போட்டுக்கொண்டான்.

ஜன்னல் ஓரம் வந்து இன்பாவுக்குச் சைகை செய்ய, இன்பா 'ப்ரேர்ணா வந்திருக்கா பாரு.'

'எங்கே?'

'நிக்கறா பாரு. ஜன்னல் வழியாப் பார்த்தா தெரியும்' அவன் உள்ளேயிருந்து எட்டிப் பார்த்திருக்க வேண்டும். வஸந்த் நாணிக் குறுகி நிற்பது, லேசாகப் பெண்போலத்தான் தெரிந்திருக்க வேண்டும்.

ப்ரேர்ணா! கிட்ட வா ப்ரேர்ணா! எனக்கு ஏன் துரோகம் செய்த? அதை மட்டும் சொல்லு. ப்ரே! கிட்ட வா ப்ரே! கிட்ட வந்தாத்தான் உத்துப் பாக்க முடியும்.'

வஸந்த் ஜன்னலுக்கு வெளியில் இருந்து பக்கவாட்டில் நகர்ந்து அவன் கை மட்டும் ஜன்னலுக்கு வெளியே தெரிய செல்லப்பா வின் கையைப் பற்றிப் பிடித்துவிடும் அந்தக் கடைசிக் கணம் பாக்கி இருந்தபோது காரியம் கெட்டது! படபடவென்று போலீஸ் படை ஒன்று மாடி ஏறி வந்து அசுரத் தனமான பூட்ஸ் கால்களால் அந்தக் கதவை உதைத்து இடிக்கத் தொடங்க...

இன்ஸ்பெக்டர் இன்பா 'இருங்க இருங்க' என்று பதற்றத்துடன் அவர்களைத் தடுக்க முற்பட, பலிக்கவில்லை. செல்லப்பாவின் கரம் உள்ளே இழுத்துக்கொள்ளப்பட்டது.

24

நிலைமை கட்டுக்கடங்காமல் போய்விட்டது. செல்லப்பாவை ஒரு மேற்கு மாம்பலம் வீட்டு மாடியில் மடக்கிவிட்டார்கள் என்கிற செய்தி பரவி பத்திரிகை நிருபர்களும் டி.வி. காரர்களும் அவரவர் போட்டது போட்டபடி தத்தம் வண்டிகளை ஓட்டி வந்து விட்டார்கள். நூற்றாண்டின் கடைசி சூரிய கிரகணம் போல ஒரு நிகழ்ச்சி. இதுவரை போலீசுக்கு தண்ணிக் காட்டிக்கொண்டு இஷ்டப் பட்ட மாதர்களை விருப்பப்பட்டபடி கொலை செய்துவிட்டு, இச்சைப்படி திரிந்து வருபவனைக் கைது செய்யும் காட்சியை நிழற்படமும் எலக்ட்ரானிக் படமும் பிடிக்கும் வாய்ப்பை அவர்கள் நழுவவிடத் தயாராக இல்லை. மாடியை மொய்த்துக்கொண்டு கிடைத்த இடத்தில் எல்லாம் ட்ரைபாட்களை அமைத்துக்கொண்டு ஒருவர் மேல் ஒருவர் ஆரோகணித்துக் காத்திருக்க, தாற்காலிகப் புகழின் வாய்ப்பில் மாதவன் நாயர் என்கிற டெபுடி கமிஷனர் துடிப்பாக ஏறிவந்து அந்தக் கதவைத் தட்டினார்.

'செல்லப்பா, நீ உள்ள இருக்க. வந்துரு வந்துரு. வெளிய வந்துரு. ஒண்ணும் செய்ய மாட்டோம்' என்று ஹெய்லரில் கூப்பிட்டார்.

'உடைக்கப் போறீங்களா சார்' என்றார் 'தினநேசன்'.

'சுடப் போறிங்களா சார்' என்றார் ஒரு த தொ கா நிருபர்.

'இருப்பா இருப்பா. இது ஒண்ணும் கல்யாணம் இல்லை. தாலி கட்டல.'

'இன்பா மேடம் ஏதாவது பேட்டி கொடுக்க விரும்பறிங்களா?'

இன்பாவின் கீச்சுக் குரல் அத்தனை சப்தங்களையும் மீறிக் கேட்டது. 'உங்களையெல்லாம் கெஞ்சிக் கேட்டுக்கறேன். அங்க உள்ளுக்குள்ள அவன் என் தங்கச்சியை ஹாஸ்டேஜா வச்சுக் கிட்டிருக்கான். அவசரப்பட்டு எதாவது செஞ்சா அந்தப் பெண்ணைக் கொன்னுருவான். கொஞ்சம் பொறுமையா நிதானமா இருங்க. பேச விடுங்க'

'தங்கச்சிக்கு எத்தனை வயசுங்க?'

டெபுடி கமிஷனர் மாதவன் நாயர் 'இன்பா டோண்ட் ஒர்ரி' என்றார் சற்றே அதிர்ந்துபோய்.

'ஆமா சார் ஏதாவது அவசரப்பட்டு செய்தா கொன்னுருவான்.'

'என்ன செய்யறது?'

கணேஷ், வஸந்த் இருவரும் முன் வந்தனர். 'கொஞ்சம் நிதானமா சிந்திக்கலாம். நாங்க சொல்றதைக் கேக்கறிங்களா இன்பா?'

'சொல்லுங்க.'

'முதல்ல இவங்களை எடத்தைக் காலி பண்ணச் சொல்லுங்க. இத்தன கூட்டம் கூடாது.'

'பத்திரிகை சுதந்தரம்னா இப்படியா?'

இப்போது டிஸி செயல்பட்டார். அவர்கள் ஒவ்வொருவரையும் அணுகி சினேகிதமாக, ஆனால் அழுத்தமாகத் தள்ளி விலக்கினார்.

'நீங்கல்லாம் கூட்டம் போடறதா இருந்தா, அவனைப் பிடிக்க முடியாது.'

'உள்ளுக்குள்ள எத்தனை பேர் இருக்காங்க?'

'பாருங்க ஆர்டிஎக்ஸ் இருக்கலாம். திஸ் ப்ளேஸ் இஸ் இன் டேஞ்சர். காஷுவால்ட்டியை எதுக்கு அதிகப்படுத்தணும்?'

அவர்கள் சடசடவென்று விலகிக்கொண்டார்கள். 'நீங்கல்லாம் எதுத்தாப்பல மாடிக்குப் போய் ஜூம் போட்டு எடுக்கலாம். போங்க, போங்க, இது ஆபத்தான இடம்.'

'இஸ் தேர் கோயிங்டு பி எ ஷூட் அவுட் மிஸ்டர் நாயர்?'

'இருக்கலாம், ஒதுங்குப்பா. என்னங்க உங்களுக்கு மட்டும் தனியாச் சொல்லணுமா?'

'நேஷனல் நெட்வொர்க். இந்தியா பூரா தெரியும் சார்!'

'அதுக்கு முதல்ல உன் கேமரா சேதமடையாம இருக்கணும். உலகம் பூராத் தெரிஞ்சாலும், உனக்கு இங்க வேலையில்லை. ஒத்து! ஒத்துய்யா!'

ஒவ்வொருவராக விலகினர்.

'என்னங்க, இத்தனை முக்கியமான நிகழ்வு?'

'கேனத்தனமா பேசாதே. ஒரு அப்பாவிப் பெண்ணுடைய உயிர் உன்னுடைய நேஷனல் டெலிகாஸ்ட்டைவிட முக்கியம்.'

'இந்நேரம் அந்தப் பொண்ணை கொல்லாம விட்டிருப்பாங் கறிங்க?'

'பெண்ணு உசிரோடத்தான் இருக்கு. பாக்கலாம் பாக்கலாம்.'

இப்போது போலீஸ் அதிகாரிகள், கணேஷ், வஸந்த் மட்டும் நிற்க.

'செல்லப்பா அவங்கல்லாம் போய்ட்டாங்க. உனக்கு என்ன வேணும் சொல்லு' என்றான் கணேஷ் ஜன்னலில் எட்டிப்பார்த்து. 'கணேசா? நான்தான் என்ன வேணும்னு சொன்னேனில்லை? ப்ரேர்ணாவை முதல்ல கொண்டு வான்னு சொன்னேனா இல்லையா?'

'எதுக்கு ப்ரேர்ணா?'

'அவகிட்ட நான் கேக்கணும். ஏன் புருசனுக்கு துரோகம் பண்ணி தற்கொலை பண்ணிக்க வெச்சேன்னு.'

'அவளுக்கும் உனக்கும் என்னய்யா சம்பந்தம்.'

'ஜென்ம ஜென்ம பந்தம், உனக்குத் தெரியாது. அதெல்லாம் அப்றம் பேசலாம். அவளைக் கூப்பிடு முதல்ல.'

இன்பா 'முதல்ல என் தங்கை உசுரோட இருக்காளான்னு காட்டச் சொல்லுங்க.'

'கொல்லுவனா? தங்க முட்டை வாத்தில்லை உன் தங்கச்சி? இதோ பாரு பவுடர் போட்டு, பொட்டு வச்சு, சிங்காரம் பண்ணி வச்சிருக்கேன். பாரு, பாரு இதை வச்சுக்கிட்டுத்தானே தப்பிக்கப் போறேன். இதானே எனக்கு பாஸ்போர்ட் ப்ரிலியண்ட்ரா செல்லப்பா...' இப்போது ஆந்தை போல சப்தம் செய்தான். இன்பா அந்தக் குரலில் இருந்த சிலேட்டுக் கீறலில் உறைந்து போனாள்.

'இன்னும் எத்தனை கொலை பண்ணணும்! எனக்கு என் ஆத்மா வுக்கு அப்பதான் மீட்சி, நிம்மதி' என்று அங்கலாய்த்தான்.

கமிஷனர், 'யாருங்க ப்ரேர்ணா? டி.வி. ஸ்டாரு அவங்களா?'

'ஆமா சார். கணவன் தற்கொலை பண்ணிகிட்டு செத்துட்டான். அதிலதான் கதையே ஆரம்பிச்சுது' என்றான் வஸந்த்.

'கூட்டியாந்துர்றதுதானே. இப்ப எங்க இருக்கறது?'

'வரமாட்டாங்க. பயப்படுவாங்க. அவங்க மேலேயே ஒரு முறை தாக்கியிருக்கான்.'

'ரயட் போலீஸ் கமாண்டோ தாக்குதல் வேணா முயற்சி பண்ணலாமா?'

'இல்லைங்க. இவன் கிறுக்கு தலைக்கேறினவன். நைச்சியமாப் பேசி, பெண்ணைக் காப்பாத்தணும். ஒண்ணும் அறியாத பொண்ணு. கைகால் விளங்காத, பேசத் தெரியாத பொண்ணு.'

'அடப் பாவமே. தடாலடி பண்ணி, என்ன ஒரே ஒரு ஆளுதான பூந்துரலாமா?'

'காரியம் கெட்டுரும். தங்கை செத்துருவா சார்.'

இப்போது அறைக்குள்ளிலிருந்து செல்லப்பா கூப்பிட்டான்.

'கணேசா பாத்துக்கங்க எல்லாரும். பெண்ணு உயிரோடத்தான் இருக்கா' என்றான்.

கணேஷ் எட்டிப் பார்த்தான். அறையின் இருட்டில் ஒரு கோடியில் செல்லப்பா தெரிந்தான். மூத்திர நாற்றம் நாசியைத் தாக்கியது. மிருகக் காட்சி சாலைக் கூண்டுக்குள் எட்டிப் பார்ப்பது போல உணர்ந்தான். கவிதாவின் கழுத்தில் கத்தியை வைத்து முன்பக்கத்தில் வைத்து அணைத்துக்கொண்டு ஏறக்குறைய அவளால் உடல் முழுவதும் மறைக்கப்பட்டு போலீசார் சுட்டாலும் அந்தப் பெண் மேல்தான் படும்படி நின்று கொண்டிருந்தான்.

இன்பா அதைப் பார்த்து, 'கவிதா! கவிதா கண்ணு! கொஞ்சம் பொறுத்துக்கம்மா' கண்ணீர் விட்டாள். 'என்ன போலீஸ் சார் நானு? சொந்தத் தங்கச்சியைக் காப்பாத்த முடியலை. அழக்கூடத் தெரியாதுங்க இதுக்கு. மனசுள்ள என்னவெல்லாம் ஓடுமோ? என்னவெல்லாம் சேதமோ!'

'இன்பா மேடம், இது வயசுக்கு வந்துருச்சா' என்றான் செல்லப்பா.

இன்பா தன் துப்பாக்கியை எடுத்துக் குறி வைத்தாள்.

'இன்பா, டோண்ட்' என்று கணேஷ் தடுத்தான்.

குழந்தையிடமிருந்து அமானுஷ்ய சப்தங்கள் வந்து கொண்டிருந்தன.

'வஸந்த் ஒண்ணு பண்ணு. ப்ரேர்ணாவுக்கு போன் போட்டுப் பாரு. போலீஸ் நிறையவே இருக்கு. முழுசா பாதுகாப்பும் பத்திரமும் கொடுக்கறம்னு வரச் சொல்லு?'

வஸந்த் செல்போனில் ப்ரேர்ணாவின் நம்பரை முயன்றபோது, வாய்ஸ்மெய்ல்தான் வந்தது.

'ஏதாவது கேஸ் கீஸ் அடிச்சு மயக்கம் போட வெச்சுரலாமா?'

'இது என்னங்க, பாம்பு பிடிக்கற வேலையா?'

'டி.வி. காரங்க வந்திருக்காங்களா கணேஷ்?' என்று செல்லப்பா கேட்டான்.

‘வந்திருக்காங்க.’

‘அவங்களை வரச் சொல்லு. நான் இந்திய தேசத்துக்கு ஒரு செய்தி தரணும்!’

‘பார்க்கலாம்’ என்றான் கணேஷ்.

‘ப்ரேர்ணா வராளா, இல்லையா?’

‘ஷூட்டிங்ல இருக்காங்க. இன்னொரு நம்பர் கொடுத்திருக் காங்க. முயற்சி பண்ணிகிட்டிருக்கோம்.’

கமிஷனர் கணேஷைத் தனியாக கூப்பிட்டு ‘எனக்கு ஒரு ஐடியா தோணுது. டி.வி.காரனை உள்ள விடறான்னா நாம யாராவது கேமராவை எடுத்துட்டுப் போய்...’

‘அதான் நானும் யோசிக்கிறேன் சார். வஸந்த் போறியா?’

‘போறேன் பாஸ்.’

வஸந்த் எதிர்ப்புறம் சென்று தனியார் தொலைக்காட்சி நிருபர் ஒருவருடன் கலந்து பேசி கேமராவுடன் வந்தான்.

‘செல்லப்பா டி.வி. வந்திருக்கு. கதவைத் திறக்கறியா?’

‘திறக்கறேன் அவன் மட்டும்தான் வரணும். மற்றவங்க யாராவது வர்றதா தெரிஞ்சா குழந்தை குளோஸ்.’

‘அவன் மட்டும்தான் வருவான்.’

‘என்னை ஏமாத்த முடியாது. ஒரே வெட்டு! தயங்கவே மாட் டேன், தெரியுமில்லை?’

‘தெரியும்.’

வஸந்த் மெல்ல மெல்ல முணுமுணுத்தான். ‘கவலைப்படாதீங்க பாஸ்.’

இன்பா இதற்குள், ‘வேண்டாம் வஸந்த் பெரிய ரிஸ்க்கு?’

‘இன்பா உங்க தங்கச்சிக்கு ஒண்ணும் ஆகாது. நான் கேரண்ட்டி.’

‘வேண்டாம் வஸந்த் ப்ளீஸ். இவ்வளவு நேரம் பொறுமையா இருந்தோம். எனக்கென்னவோ அவன் குழந்தையை விட்ரு வான்னுதான் தோணுது. இம்மாதிரி ஏதாவது தடாலடி செய்தாத்தான் கொன்னுடுவான்.’

வஸந்த் கணேஷைப் பார்த்தான். ‘வெய்ட்’

இதனிடையே சில அதிரடிப்படை போலீஸ்காரர்கள் மாடி அறையின் பின்பக்கப் பிரவேசங்களைப் பற்றி வீட்டுக்காரர் தாமோதரிடம் விசாரித்துக்கொண்டிருந்தார்கள்.

‘பாத்ரூம் இருக்கு. பின்னால ஒரு கிச்சன், லம்பர் ரூம் இருக்கு. அதை நான் பூட்டி வச்சிருக்கேன்.’

‘ஏணி இருக்குங்களா?’

‘எதுக்கு செல்வராஜ்?’

‘நீங்க பாட்டுக்கு முன்பக்கம் பேச்சு கொடுத்துகிட்டு இருங்க. நாங்க கதவைப் பேத்து உள்ளாற புகுந்து பின்பக்கமா புடிச்சுர்றம்.’

‘அவன் சந்தேகப்படாம அதைச் செய்ய முடியுமா பாருங்க.’

‘முடியும் சார்.’

‘பிள்ளைக்கு ஆபத்து வரக்கூடாது.’

‘முயற்சி பண்றோம் சார்! மேடம்கிட்ட சொல்லவேண்டாம்.’

அப்போது வாசலில் ஒரு கார் வந்து நிற்க போட்டோகிராபர்கள் சூழ்ந்துகொண்டார்கள்.

பளிச் பளிச் என்று ஃப்ளாஷ் கண்கள் சிமிட்ட

‘பாஸ் லுக் ஹூ இஸ் ஹியர்!’

ப்ரேர்ணா காரிலிருந்து இறங்கினாள்.

‘வஸந்த், போய் அடைகாத்து அழைச்சுட்டு வா!’

வஸந்த் வேகமாக இறங்கினான்.

'வாய்ஸ்மெய்ல் மெசேஜ் கெடச்சுதா ப்ரேர்ணா.'

'இல்லை வஸந்த், டிவில எல்லாம் பார்த்தேன்.'

'ஓ! லைவ் கவரேஜ் ஓடிக்கிட்டுருக்குதா?'

'என்னால அந்தக் குழந்தையை காப்பாத்த முடியுமான்னு பார்க்கலாம்' என்று மேலே ஏறி வந்தாள்.

25

ப்ரேர்ணா, ஒரு தனியார் செக்யூரிட்டி ஆசாமியுடன் வந்திருந்தாள். 'வஸந்த்! நீங்க பக்கத்தில இருந்தா எனக்குப் பயம் இல்லை' என்றாள்.

'எனக்கு பயம் ப்ரேர்ணா! இந்தாளு ஒரு நட்கேஸ். விளிம்பைக் கடந்துட்டான். இவன்கிட்ட யதார்த்தமாப் பேசிப் பயனே இல்லை' என்றான் வஸந்த்.

'கிட்டப் போகாதீங்க. சுட்டுருங்க இன்பா' என்றாள் ப்ரேர்ணா.

'குழந்தை மேல பட்டுருங்க.'

'எதுக்காக என்னை வரச் சொல்றான் இவன்? இதுதான் எனக்கு ஆச்சரியமா இருக்கு?'

'ஒருவேளை உங்க காலம் சென்ற கணவர்கூட வேலை செய்தவனா இருக்கலாம் அல்லது உங்க கணவர் இவன்கிட்ட தன் கதையைச் சொல்லி யிருக்கலாம். அவருடைய தற்கொலைக்கு நீங்க தான் காரணம்னு இவன் கன்வின்ஸ் ஆயிருக்கலாம். அதை ஒரு தாரக மந்திரம் போலச் சொல்லிகிட்டே இருக்கான்' என்றான் கணேஷ்.

ப்ரேர்ணா மெல்ல அந்தக் கதவை அணுக, இன்பா, 'செல்லப்பா! இதோ பாரு, ப்ரேர்ணா வந்திருக் காங்க' என்றாள்.

'வந்தாச்சா, வாடியம்மா, வாடி மகாராணி.'

'இவளை ஏதும் செய்துராதே.'

'ப்ரேர்ணா ஜன்னலுக்குப் பக்கத்தில வா. நீ அவதானா இல்லை வேற ஏதாவது பொம்பளையக் காட்டி பாவ்லா பண்றாங்களான்னு தெரியணும்.'

ப்ரேர்ணா மெல்ல ஜன்னலருகே சென்றாள்.

'கிட்டப் போகாதீங்க. கடிச்சுருவான்'

செல்லப்பா சற்று நேரத்தில் தோன்றினான்.

'என்னைப் பாரு ப்ரேர்ணா! என்னை ஞாபகம் இருக்குதா? கிட்ட வந்து பாரு, எட்டிப் பாரு, மோந்து பாரு?'

ப்ரேர்ணா அவனைக் கண்டதும் முகம் வெளிறிப்போய் தெரு முனை வரை கேட்குமாறு கீச்சுக்குரலில் அலறினாள்.

'என்ன ஆச்சு? என்ன ஆச்சு?'

ஜன்னல் வழியா செல்லப்பா அவள் கூந்தலை சட்டென்று பிடித்து, இழுத்துக் கழுத்தைக் கொண்டுவந்து மெல்லிய விரல்களால் நெரிக்க ஆரம்பித்தான்.

இதே சமயத்தில் அந்த அறையின் பிற்பகுதியிலிருந்த கதவு உடைக்கப்பட்டு அதிரடிப் படையினர் புகுந்துகொண்டு, செல்லப்பாவை பின்னாலிருந்து அணுகிப் பிடிக்க முயற்சிக்க, செல்லப்பா மின்னல் வேகத்தில் விலகி கத்தியை இன்பாவின் தங்கை கவிதாவின் கழுத்தில் வைத்து 'கிட்ட வராதே குழந்தையைக் கொன்னுருவேன். வராதே வராதே' என்று வெறியில் கத்தினான்.

இன்பா அலறினாள். 'அவனை ஒண்ணும் செய்யாதிங்க. குழந்தையைக் கொன்னுருவான். விலகுங்க' என்று ஆணையிட்டாள். 'போகச் சொல்லு! விலகச் சொல்லு எல்லோரையும்.' சுவர் ஓரமாக குழந்தையை கந்தல் துணியைப் போல இழுத்துக் கொண்டு, அதன் கழுத்தில் கத்தியுடன் நகர்ந்தான். கவிதா தனக்கு நடப்பது எதுவும் புரியாமல் ஆதாரமான பயம் மட்டும் கண்கள்

காட்ட, தனக்கு இயன்ற குரலில் சப்தம் பண்ணிக்கொண்டிருந்தாள்.

தன் உடலை அந்தப் பெண்ணின் பின்னால் மறைத்துக் கொண்டிருந்தான்.

அவர்கள் செயலற்றுப் பாத்துக்கொண்டிருக்க வேண்டியிருந்தது.

அத்தனை நெருக்கடியான நிலையில் செல்லப்பா அறைக் கதவைத் திறந்தான்.

நொண்டி நொண்டி பாரபெட் சுவர் ஓரம் ஊர்ந்தான்.

'செல்லப்பா! இட்ஸ் நோ யூஸ். கிவ் அப். எந்த விதத்திலயும் இங்கருந்து தப்பிக்க முடியாது. விட்டுரு. என்ன வேணும் சொல்லு?'

'அவதான் அவதான்.'

இப்போது ப்ரேர்ணா எதிர்பாராதவிதமாக ஒரு காரியம் செய்தாள். நேராக அவனிடம் சென்றாள். 'நான்தானே வேணும் உனக்கு.'

'கிட்டப் போகாதே.'

'நான்தானே வேணும். இதோ என்னை எடுத்துக்க. குழந்தையை விட்டுரு. வா வா' என்றாள்.

செல்லப்பாவின் கத்தி இன்னும் அந்தக் கழுத்தில் அழுத்தியது. மெல்ல ரத்தம் கொட்டியது. பாப்பாவின் சட்டையால் உறிஞ்சப் பட்டது.

'என்னைத்தானே கொல்லணும் உனக்கு? கொல்லு! என்னைக் கொல்லு! குழந்தையை விடு. அது என்ன பாவம் செய்தது? விட்டுரு!'

'வராதே! வராதே! கொன்னுடுவேன்.'

'நீ என்னைக் கொல்லமாட்டே. எனக்குத் தெரியும். கத்தியைக் கீழே போடு' என்றாள். ஒரு குழந்தையை அதட்டுவதுபோல். ஒரு யுகமாக விஸ்தரித்த ஒரு கண நேரம் மௌனம் நிலவியது.

செல்லப்பா கத்தியைக் கீழே போட்டான். கனமாக மௌனத் திடையில் அது விழும் உலோக நாதம் கேட்டது. தரையில் உட்கார்ந்தான். அழுதான். ப்ரேர்ணா அவனருகில் சென்று தலையைத் தடவிக்கொடுத்தாள். 'சமத்தில்லை.'

அவன் அவள் மார்பில் சாய்ந்துகொண்டு அழுது தீர்த்தான். 'எல்லாம் உன்னாலதான். அம்மிணி அதெல்லாம் உண்மை யில்லைதானே?'

'நீ நினைச்சதெல்லாமே தப்பு. அப்படியெல்லாம் எதுவுமே நடக்கலை.'

'பாஸ். ரெண்டு பேரும் என்ன பேசிக்கிறாங்க? கள்ளக் காதலா? புது ஆங்கிளா இருக்கே?'

கவிதா இன்பாவின் மடியில் வந்து விழுந்தாள். தங்கையைக் கண்ணீராலும் முத்தங்களாலும் நனைத்தாள்.

'என் கண்ணே! ஸாரியம்மா ஸாரியம்மா.'

'காயம் எதும் படலியே, லேசா கீறல்தான். முதல் உதவி செய்யச் சொல்லுங்க' மாதவன் நாயர் செல்லப்பாவின் கையில் விலங்கு மாட்டினார்.

'என்னை தூக்கில போட்டுருவாங்களா சார்! அதுக்குள்ள எனக்கு ஒரு கொய்யாப் பழம் சாப்பிடணும்.'

'கவலைப்படாத, கொய்யா மரமே இருக்கு ஜெயில்ல' என்றான் வஸந்த்.

'ஏய் வஸந்த குமாரா! நீயெல்லாம் ஒரு லாயர். என் கேஸை எடுத்துகிட்டு வாதாடறியா? ஏன் கொன்னேன்னு விலாவரியா ஒரு ரத்தக்கரை விடாம சொல்றேன். டிவிகாரங்க எங்கே?' எதிர் மாடியிலிருந்தவர்களை நோக்கி விலங்கிட்ட கைகளை உயர்த்தி அசைத்தான். 'டேக் கேர்' என்றான்.

சிரித்துக்கொண்டே போட்டோக்களுக்கு போஸ் கொடுத்தான். 'ஒரு அஞ்சு லட்சம் கொடு. சுயசரித்திரம் எழுதித் தரேன்' என்று அறிவித்து விட்டு போலீஸ் வண்டியில் ஏறினான். 'நேஷனல் டெலிகாஸ்ட்ல காட்டுங்கப்பா! காலைல இதை எதிர்பார்த்து ஷேவ்கூட பண்ணிக்கிட்டேன்.'

ப்ரேர்ணா பிரமிப்பில் இருந்தாள். என்னால நம்ப முடியலை, அதே ஸ்மெல் என்றாள் தனக்குள்.

இன்பா அவளிடம் வந்து, 'ரொம்ப நன்றிங்க! என் தங்கை உசிரைக் காப்பாத்தினிங்க. பெரிய ரிஸ்க் எடுத்துகிட்டிங்க. அந்த அளவுக்கு தைரியம் எனக்கு இல்லாம போய்டுச்சே' என்றாள்.

ப்ரேர்ணா, 'என்னைக் கொல்ல மாட்டான்னு தெரிஞ்சு போச்சுங்க' என்றாள். 'கணேஷ், வஸந்த் நான் சாயங்காலம் உங்க ரூமுக்கு வரலாமா? எனக்குப் பல சந்தேகங்கள் இருக்கு.'

'வாங்க.'

கணேஷ் கவிதாவின் தலையைத் தடவிக் கொடுத்தான்.

'லேசாத்தான் காயம்' என்றான்.

'உடல்ல காயம் இல்லை. மனசில? கணேஷ், நான்தான் கோழை. சுட்டிருக்கணும்.'

'இல்லைங்க, நீங்க தயங்கினது சரிதான்.'

'கடமைன்னு வர்றப்ப உறவு பாசம் எல்லாம் அழிய வேண் டாமா?'

'என்ன சொல்றிங்க! அந்த அளவுக்குக் கடமை உணர்ச்சி மகான்களுக்குத்தான் சாத்தியம். மேலும் அத்தனை கடமை உணர்ச்சி தேவையும் இல்லை' என்றான்.

'வஸந்த்! இட் இஸ் இம்ப்ராக்டிக்கல்.'

கணேஷும் வஸந்த்தும் காரில் திரும்பும்போது, நல்ல காலம், நிருபர்கள் இருவரையும் துறந்து, போலீஸ் அதிகாரிகள் பின்னால் சென்றார்கள்.

'என்ன பாஸ்! இனிமே இவனுக்கு அளவு பார்த்து, வெய்ட் பார்த்து, தூக்கு கயிறு தயாரிக்க வேண்டியதுதானே.'

'உளறாதே வஸந்த்! ஒரு மரத்தடி டைப்ரைட்டர் லாயர்கூட இவனை மரண தண்டனையிலிருந்து தப்ப வைக்க முடியும். திஸ்

மேன் இஸ் ரேவிங் மேட். பைத்தியத்தைத் தூக்கில் போட மாட்டாங்க. இன்ஸ்டிட்யூஷனுக்குத்தான் அனுப்புவாங்க.'

'ஆடிப்புட்டேன் பாஸ்! எங்கருந்துதான் ப்ரேர்ணாவுக்கு அத்தனை தைரியம் வந்து, படக்குனு பீச்சில் நடந்து போறாப்பல கிட்டப்போய் 'என்னைக் கொல்லு! குழந்தையை வுட்டுரு'ன்னு... அமேஸிங் சில சமயங்கள்ல பெண்களுக்கு வெறி புடிச்சாப்பல தைரியம் வந்துருது.'

'எனக்குக்கூட ஆச்சரியமா இருந்தது வஸந்த்.'

'பய கட்டின பசுவாட்டம் ஆய்டறான். கத்தியைக் கீழே போடறான். அவளை இதான் சாக்குன்னு கட்டிக்கிட்டு அழுவறான். என்னாங்கடா இது? ஏதோ சப்-டெக்ஸ்ட் இருக்கு.'

'ஆமாம், வேற காரணம் இருக்கணும்.'

'ப்ரேர்ணாவும் இதுக்கு உடந்தையா?'

'டோண்ட் பி ஸில்லி.'

'எப்படியோ கஸ்டடிலருந்து தப்பிக்காத வரைக்கும் செல்லப்பா சாப்டர் ஓவர். வாங்க, நரசிம்மன் கேஸைத் தொடரலாம்.'

'இல்லை வஸந்த். இந்த கேஸ்ல ஏதோ ஒண்ணு நிறைவேறாம மூளியா இருக்கு. ஒருமுறை முதல்லருந்து ஒரு ஓட்டு ஓட்டிரணும்.'

'சரியாப் போச்சு பாஸ்! இதில நாம இன்வால்வ் ஆனதே தப்பு!'
'ஆமா! உங்களை ஒண்ணு கேக்கணும். எப்படி செல்லப்பா அந்த வீட்டில் இருக்கான்னு கண்டுபிடிச்சிங்க? ஒரு ஃப்ளாஷ்பேக் ஓட்டுங்க.'

'அது ஒரு விதமான ஹன்ச்தான்.'

'அதான் என்னன்னு கேக்கறேன்.'

'அவ்வளவு முட்டாளா நீ? எப்படிக் கண்டுபிடிச்சேன், சொல்லு.'

'கன்னிமரா லைப்ரரிக்கு ரெண்டு தடவை போனிங்க. அங்கருந்து எப்படி மேற்கு மாம்பலம், ராமன் காலனி? புரியலையே.'

'செல்லப்பா போன் பேசறப்ப காலை நீடிக்க பேச்சு கொடுத்தமில்லை?'

'ஆமாம்! அவன் காளமேகப் புலவரை எடுத்துவிட்டான்.'

'அந்தப் பாட்டு தனிப்பாடல் திரட்டுங்கற புத்தகத்திலதான் கிடைக்கும்.'

'முழுப்பாட்டையும் ஞாபகம் வச்சுக்கிட்டு கோட் பண்ணிருக் கறதுக்கு சாத்தியம் கம்மி. அதனால அந்த பாட்டை புஸ்தகத்தி லிருந்து படிக்கிறான்னு நெனைச்சேன். பக்கங்களை புரட்டற சப்தமும் கேட்டுது. போன் எக்மோர்ல ஒரு எஸ்.டி.டி. பூத்லருந்து வந்ததுன்னு சொன்னாங்க. அதனால புத்தகத்தை எக்மோர் லைப்ரரியிலருந்து எடுத்துருக்கலாம்னு, கன்னிமரா போகச் சொன்னேன். முதல்ல செல்லப்பான்னு பேர்ல மெம்பர் யாரா வது இருக்காங்களா பார்த்தேன். இல்லைன்னு வந்துட்டேன்.

மறுபடி போய் தனிப்பாடல் திரட்டு புத்தகத்தை கடைசியா எடுத்தவங்க யாருன்னு கேக்கத்தான் திரும்ப வந்தேன். செல்வான்னு மேற்கு மாம்பலம் அட்ரஸ் கொடுத்தாங்க. ஒரு வேளை செல்வான்னு பேர் வச்சுகிட்டு, மேற்கு மாம்பலத்தில் இருக்கலாம்னு நெனைச்சு, அங்கே போய் வீட்டுக்காரர்கிட்ட அடையாளம் கேட்டதுமே செல்லப்பா அங்க இருக்கான்னு தெரிஞ்சிருச்சு.'

'லக்கு! அதிர்ஷ்டம் பாஸ் உங்களுக்கு.'

'அதிர்ஷ்டம் மட்டும் போதாது. கொஞ்சம் இடது பாதியையும் பயன்படுத்தணும்' என்று தன் நெற்றியில் தொட்டுக் காட்டினான்.

'இப்ப என்ன?'

'ஒரே ஒரு கேள்விக்கு விடை கண்டுபிடிச்சுட்டா கேஸ் க்ளோஸ்.'

'யார் இந்த செல்லப்பா' என்றனர் இருவரும்.

26

'யார் இந்த செல்லப்பா' என்று இருவரும் கேட்டுக்கொண்டு சற்று நேரம் மௌனமாக இருந்தார்கள்.

'ப்ரேர்ணாவை நேசிச்ச ஒருவனா இருக்கலாம்னு தோணுது பாஸ். அவளைக் கல்யாணம் பண்ணிக்க முடியாமபோய் ஏமாற்றத்தில் பெண்கள் மேல வெறுப்பு ஏற்பட்டு, தீர்த்துக்கட்டி... உதைக்குது. ஆனா பாருங்க பாஸ்! ப்ரேர்ணாவுடைய செல்லப்பேரு அம்மிணி. அதை வெச்சு அவளைக் கூப்பிட்டான். அவ மார்ல சாஞ்சு அழுதான். அதை வெச்சு... நான் சொல்றதை நீங்க கவனிக்கலை. வேற எங்கேயோ யோசிச்சுக்கிட்டிருக்கீங்க.'

'சொல்லு?'

'உங்க எண்ணங்கள் வேற திசையில் பறந்து கிட்டிருக்கு. ஐ நோ தட் லுக்.'

'வஸந்த் முதல்லருந்து சம்பவங்களை ரீவைண்டு பண்ணிப் பார்த்துரலாமா? ஒரு க்ராஸ் மாதிரி கேள்வி கேக்றேன். பதில் சொல்லு. எதுவும் சிந்திக்காதே. ஐ வாண்ட் ஃபாக்ட்ஸ். ஜஸ்ட் ஃபாக்ட்ஸ்.'

'கேளுங்க.'

'கேள்விகள் தொடர்பில்லாததா இருக்கலாம்.'

197

‘தெரியும் கேளுங்க.’

‘சந்தர் யாரு?’

‘காலஞ்சென்ற, ப்ரேர்ணாவின் கணவன். ஸாரி, இலக்கணப் பிழை.’

‘சந்தர் பத்தி நமக்கு என்ன என்ன தெரியும்? அத்தனையும் சொல்லு.’

‘பொறாமைக் கணவன். எந்த வேலையிலும் அதிக நாட்கள் இல்லாதவன்.’

‘என்ன என்ன வேலை?’

‘கேமராமேன், வீடியோ கடை, கம்ப்யூட்டர், டேப் ரெகார்டர், செல்போன் ரிப்பேர்...

‘நோட் தட். அப்புறம்?’

‘ஒரு ஓயாத அலையற மனசு.’

‘குட். அவன் உயிரோட இருக்கறப்ப நாம பார்த்தது கொஞ்ச நிமிஷங்களே. முதலில் எப்பப் பார்த்தே?’

‘திருவான்மியூர் பலமாடிக் கட்டடத்தில் ஒரு ஃப்ளாட்ல ஒரு அறைல கையைக் காலை உதறிகிட்டு தூக்குல தொங்கறப்ப.’

‘உசிரு இருந்ததா?’

‘தது’

‘கயிற்றில் இருந்து எறக்கினதும் எதாவது சொன்னானா?’

‘இல்லை. நான் அவன்கூட பேசவே இல்லை. நீங்கதான் ஆம்புலன்ஸ்ல அழைச்சுகிட்டு போனிங்க.’

‘தண்ணி கேட்டான். அப்புறம் ‘எல்லாம் அவளாலதான். இது மூணவாது முயற்சி. நான் சாவணும், ஆவியா வந்து அவளை உயிரோட கொல்லணும்’னான்.’

‘இப்ப நான் உங்களைக் கேட்கிறேன். அவன் சாவறபோது நீங்க கூட இருந்திங்களா?’

'குட் கொஸ்சன். நீ என் ரூட்டுக்கு வரே.'

'அப்படியா?'

'சாவறப்பா நான் இல்லை. கோர்ட்டுக்கு வந்துட்டேன். நீதிபதி பாண்டே கூப்பிட்டிருந்தாரில்லை? அதனால ஜோ, ராஜசேகர் தான் கூட இருந்தார். பாடியை க்ளெய்ம் பண்ணி வாங்கிகிட்டு எனக்குத் தகவல் சொன்னாரு. சவப்பெட்டிக்கும் அடக்கம் பண்ணவும் ஏற்பாடு பண்ணியிருக்கார். பாடியைப் பாத்த இல்லை?'

'பாத்தேன் பாஸ்.'

'ஏதாவது தோணிச்சா?'

'நீலம் பரவி வீங்கியிருந்தது. கடைசியில அவனை உயிரோட பாத்ததுக்கு எத்தனை மாறுதல்னு தோணிச்சு.'

கணேஷ் கையைச் சொடக்கினான்.

'புறப்படு.'

'எங்கே?'

'ஜோ ராஜசேகரைப் பார்க்க.'

'எதுக்கு?'

'கேள்விகளுக்கெல்லாம் இனிமே நேரமில்லை. புறப்படுடா முட்டாளே.'

திருவான்மியூரில் ப்ரேர்ணாவின் ஃப்ளாட்டுக்கு அடுத்த ஜோ ராஜசேகரின் ஃப்ளாட்டில் பியானோ ஒலி கேட்டது. அழைத்து மணி அடிக்க, நாய் குலைத்தது.

'ரூபி! கிப் கொய்ட். ஹூ இஸ் இட்?'

'கணேஷ்.'

சட்டென்று கதவு திறந்தது. 'வாங்க வாங்க, ரொம்ப நாளாச்சு. அந்தம்மா இப்ப இந்த ஃப்ளாட்ல இல்லையே. சந்தர் இறந்தப்

பறமே மாத்திட்டாங்களே. குற்றவாளியை பிடிச்சுட்டாங் களாமே? டி.வி.ல பார்த்தேன்.'

'ஆமாம். உங்களை சில கேள்வி கேக்கணும்?'

'எதப் பத்தி?'

'சந்தர் இறந்தபோது நீங்கதான பக்கத்தில் இருந்திங்க?'

'ஆமாம் ஆஸ்பத்திரில ஐசியுவில'

'எக்ஸாக்டா அவன் இறந்த கணத்தை உங்களால விவரிக்க முடியயுமா?'

'அஞ்சாறு டாக்டர்ங்க படுக்கையைச் சூழ்ந்துகிட்டு இருந்தாங்க. அவன் மார்ல கை வச்சு அழுத்திப் பிசைஞ்சாங்க. அப்புறம் படுக்கையை சுற்றி சக்கரத் திரையால மூடிட்டாங்க. நான் காரிடாருக்கு வந்து சிகரெட் குடிச்சுகிட்டிருந்தேன். மேட்ரன் கூப்பிட்டாங்க. 'அந்தாளு போயிட்டாரு. போஸ்ட் மார்ட்டம் பண்ணிட்டு, பாடிய மாச்சுவரிலிருந்து வாங்கிட்டுப் போ'ன்னாங்க. பாடிய க்ளெய்ம் பண்ணி நல்லடக்கம் செய்ய ஏற்பாடு செய்யவேண்டி இருந்தது. போலீஸ் அதைப் பெரிசு பண்ணாம பாத்துக்கவேண்டியதா இருந்தது. அவங்ககிட்ட கிளியரன்ஸ் வாங்கி டெத் சர்ட்டிபிக்கேட் வாங்க ஏறக்குறைய ஏழாயிரம் செலவழிஞ்சது. அன்னைக்கு நான் பட்ட பாடு!'

'ராஜசேகர்! திஸ் இஸ் இம்பார்ட்டண்ட், உங்ககிட்ட பாடியைக் கொடுத்தது யாரு?'

'ஆடாப்ஸி அட்டண்டண்ட் ஒருத்தர். ஓலைப் பாய்ல சுருட்டி ஈரத்தரையில கிடந்தது. ஏஸி வேலை செய்யல. இட் வாஸ் எ நைட்மேர்.'

'ராஜசேகர், கவனமாச் சொல்லுங்க. அந்தப் பிணவறையில என்னன்னு சொல்லி உங்ககிட்ட பாடியை கொடுத்தான்?'

'நான்தான் கேட்டேன். அமரர் ஊர்தியோட வந்தேன். 'தற்கொலை பண்ணிகிட்டு செத்தானே அந்த பாடியா?'ன்னு கேட்டான். 'ஆமாம்'னேன். எடுத்து பெட்டிக்குள்ள மெத்தை மேல வச்சான். ஃப்யூனரல் ஆசாமிங்க நாலு பேர் இருந்தாங்க. அவங்கதான் எடுத்து வச்சாங்க. ஆளுக்கு நூறு ரூபா

வாங்கிட்டான். இத்தனை கேள்வி கேட்டிங்க. நான் உங்களை ஒரு கேள்வி கேட்கலாமா?'

'கேளுங்க?'

'செல்லப்பா யாரு?'

'அதுக்குத்தான் பதில் தேடிக்கிட்டிருக்கோம். நண்பனா, காதலனா, உடன் பணிபுரிந்தவனா?'

'அவனையே கேட்டுரலாமே?'

'கேட்டா பாட்டு சொல்வான். வெண்பா, காளமேகப் புலவர்!'

'உங்க ஒத்துழைப்புக்கு ரொம்ப தாங்க்ஸ். வர்றோம் ராஜசேகர்.'

வெளியே வந்தபோது திருவான்மியூர் கடல்காற்று கன்னத்தில் விளையாடியது. கணேஷ் ஒரு சிகரெட் பற்ற வைத்துக்கொண்டான். அதிகச் சிந்தனையின் இருக்கும்போது மட்டும் சிகரெட் பழக்கம் உண்டு கணேஷுக்கு.

'இப்ப என்ன பாஸ், பேக் டு ஸ்கொயர் ஒன்?'

'ப்ரேர்ணாவுக்கும் செல்லப்பாவுக்கும் ஏதாவது தொடர்பு இருந்துதான் ஆகணும்.'

'ப்ரேர்ணா சாயங்காலம் ஆபீசுக்கு வர்றதாச் சொல்லியிருக்கா. அதுக்குள்ள வஸந்த், உனக்கு ஜி.எச்.ல மார்ச்சுவரியில ஒரு ஆளை தெரியுமில்லை?'

'எல்லாரையும் தெரியும். பள்ளி, ஒப்லி, கருணாகரன் அத்தனை பேருக்கும் அப்பப்ப அழுத்திருக்கேனே...'

'எனக்கு சந்தர் இறந்துபோன அந்த தினத்தில் மார்ச்சுவரியில் ரிஜிஸ்டர் எக்ஸ்ட்ராக்ட் வேணும்.'

'எப்ப?'

'இப்ப. என்ன பண்ணுவியோ ஏது பண்ணுவியோ!'

'ரிஷிகர்ப்பமாச்சே உங்களுக்கு. சரி பாஸ், நீங்க ஆபீஸ் போங்க. நான் கொண்டுவரேன்.'

கணேஷ் அலுவலகம் திரும்பியபோது, ராஜி இரண்டு மெஸேஜ் அவன் மேஜைமேல் எழுதி வைத்துவிட்டு, மதிய உணவுக்குப் போயிருந்தாள்.

இன்பா, ப்ரேர்ணா இருவரும் கணேஷ் வந்தவுடன் போன் பண்ணச் சொல்லியிருந்தார்கள்.

முதலில் இன்பாவுக்கு போன் செய்தான்.

'கவிதா எப்படி இருக்குது, இன்பா?'

'தூங்குது'

'எதுக்கு போன் பண்ணிங்க.'

'செல்லப்பாவுக்கு 302-வில் கன்விக்ஷன் வாங்க முடியுமா?'

'போட்டுருங்க 302-ல. ஆனா கன்விக்ஷன் வாங்கறது கஷ்டம்.'

'ஏன்?'

'அவன் பைத்தியம்னு நிரூபிச்சுட்டா அவனை ஜெயிலுக்கோ மெண்டல் ஆஸ்பிட்டலுக்கோதான் அனுப்ப முடியும்.'

'மூணு கொலை கணேஷ்.'

'அதுவே அவனைக் காப்பாத்தலாம்! சுய புத்தியுள்ளவன் ஒரு கொலைதான் செய்வான். வருத்தம், அவமானம், கோபம், ஏதாவது காரணமா இருக்கும். புத்தி பிசகினவன்தான் காரண மில்லாமக் கொல்லுவான். பகவதி பிரசாத்னு ஒருத்தன் கேஸ்ல ரெண்டு பொம்பளைங்களைக் கொன்னுட்டான். ஏண்டா கொன்னேன்னு கேட்டா, 'ராத்திரி கருப்பா ஒரு ஆளு வந்து கொல்லுன்னு சொன்னான்'ங்கறான். கழுத்தில எலும்பு மாலை. போடிருந்தான். தலைல சிவப்பா கர்ச்சீப் கட்டியிருந்தது. எதுக்குடான்னு கேட்டா, 'அதைக் கட்டிகிட்டா நான் மற்ற பேருக்குத் தெரியாம, காணமா போய்டுவேன்'னு சொல்றான். ஜுடீஷியல் கமிஷனர் அவனைப் பைத்தியக்கார ஆஸ்பத்திரிக்கு தான் அனுப்பினார். இன்சானிட்டி ப்ளீக்கு மக்நாட்டன் ரூல்னு ஒண்ணு இருக்கு.'

'எவ்வளவு படிக்கறிங்க!' என்றாள் குரலில் ஆச்சரியத்துடன்.

'படிச்சது இல்லை. அனுபவங்க, இன்பா.'

'இவனுக்கு எப்படி தண்டனை கொடுக்கறது?'

'நீங்க பேசாம அவனைச் சுட்டிருக்கணும். விட்டுட்டிங்க!'

'மனசு வரலையே...'

'யு ஆர் டூ ஸாஃப்ட். நீங்க முதல்ல கேஸ் போடுங்க. கஸ்டடி யிலிருந்து தப்பிச்சுக்காம பாத்துக்கங்க. ப்ராசிக்யுட்டிங் இன்ஸ் பெக்டரை வந்து சந்திக்கச் சொல்லுங்க. அப்புறம் நீங்க எப்படி இருக்கிங்க?'

'எப்படின்னா?'

'மனசில, உடலில.'

'ரெண்டலேயும் ஓஞ்சுபோயிருக்கேன்.'

'நான் ஒரு இடத்துக்குப் போறேன். வரீங்களா?'

'வரேன்.'

'எந்த எடத்துக்குன்னு கேக்கலியே'

'உங்கமேல எனக்கு நம்பிக்கை இருக்குது. இதையே வஸந்த் கேட்டிருந்தா எங்கன்னு கேட்டிருப்பேன்.'

கணேஷ் போனை ஒருமுறை புன்னகையுடன் பார்த்துவிட்டு வைத்தான்.

'ப்ரேர்ணாவுக்கு போன் போட்டபோது அவள் டப்பிங் ஸ்டுடியோவில் இருப்பதாகச் சொன்னார்கள்.'

வஸந்த் போன் செய்தான். 'மார்ச்சுவரி ரெகார்ட் எக்ஸ்ட்ராக்ட் கெடைச்சுருச்சு. ஒரு மகா அதிர்ச்சிகரமான செய்தி!'

'தெரியும்டா' என்றான் கணேஷ்.

27

கணேஷ் எதிர்பார்த்த செய்தியைத்தான் வஸந்த் கூறினான்.

'அன்னிக்கு ஜோ ராஜசேகர் கிட்ட மார்ச்சுவரில ஒப்படைச்ச உடல் ப்ரேர்ணாவின் கணவன் சந்தருடையது இல்லை, அதான சொல்ல வந்தே?'

'அமேஸிங் பாஸ்! எப்படிக் கண்டுபிடிச்சிங்க?'

'யூகம்தான். நீ எப்படி கண்டுபிடிச்ச?'

'மார்ச்சுவரி ரெகார்ட்ஸ் எல்லாம் பார்த்தா ஒரே குழப்பம். அதே தினத்தில் யாரும் க்ளெய்ம் பண்ணாத மற்றொரு சூய்சைடு கேசு பாடியும் இருந்திருக்கு. ஐசியுவில கொண்டு வந்து, ஆளு குளோஸ் ஆகி மார்ச்சுவரில போட்டிருக்காங்க. ராஜசேகர் அங்க போய் தற்கொலை பண்ணிக்கிட்ட பாடியைக் கேக்கவும் இதான்னு கொடுத்துட்டாங்க பெட்டில போட்டுக் கொணர்ந்திருக்காங்க. ஏறக்குறைய அதே ஏஜ் க்ரூப், அதே பில்டு. அன்னிக்கு எனக்கு பாடியைப் பார்த்ததும் வேற மாதிரி இருக்குதேன்னு தோணிச்சு. சட்டுனு பெட்டியை மூடிட்டாங்களா, ப்ரேர்ணாவும் சரியாப் பாக்கல. ரொம்ப செத்துப்போய்ட்டா இப்படித்தான் அடையாளம் மாறிடும்னு நானும் அசால்ட்டா இருந்துட்டேன். மேல அதைப் பத்தி நினைக்கவே இல்லை. நீங்க கேள்வி கேக்கறப்பதான் முதல் சந்தேகம் வந்துச்சு.'

'மார்ச்சுவரியில அதெப்படி சரியா வெரிஃபை பண்ணாம கொடுத்தாங்க?'

'எல்லாம் கையூட்டு பாஸ்! செத்தவங்களைக்கூட பிழைக்க வெக்கற கையூட்டு. ஜோ அவசரத்தில் இருந்திருக்கிறார்.'

'அப்படின்னா சந்தர், ப்ரேர்ணாவின் கணவன் எங்கே?'

'எனக்கு சந்தர் இறந்து போனானான்னே சந்தேகம் வருது. நீங்க, அவனை அழைச்சுட்டு போறப்ப உசிரோடதான இருந்தான்?'

'ஆமாம், கொஞ்சம் பேசினான்.'

'அவன் ஒருவேளை பிழைச்சிருப்பானோன்னு எனக்கு இப்ப டவுட் வருது.'

'பிழைச்சு?'

'ப்ராபப்ளி ஹி ஹஸ் வாக்ட் ஆஃப் தி ஹாஸ்பிடல்...'

'சொல்ல முடியாது வஸந்த்! நீ உடனே வா' என்றான் கணேஷ்.

'முதல்ல ப்ரேர்ணாவைப் பார்க்கணும். டப்பிங் ஸ்டுடியோவில் இருக்காளாம். சுஜாதாவோ என்னவோ பேர் சொன்னாங்க.'

வஸந்தும் கணேஷும் அந்த டப்பிங் ஸ்டுடியோவின் பிரவேசத்தில் செருப்புகளைக் கழற்றிவிட்டு உள்ளே போய் நாற்காலிகளில் அமர்ந்தார்கள். சிவப்பு விளக்கு எரிந்து கொண்டிருந்தது. திரையில் பிம்பம் தெரிய அரை இருட்டில் ப்ரேர்ணா, 'உங்க காலடியில் விழுந்து கெஞ்சிக் கேக்கறேன், மனோகர். எப்படியாவது எனக்கு தாலி பாக்கியம் கொடுங்க. ஒரு தாலியைக் கட்டிட்டு என்ன வேணா செய்யுங்க' என்றாள்.

'மை காட்! 1937 வின்டேஜ். இன்னும் இதே நான்சென்ஸ்தான் ஓடிக்கிட்டிருக்கா வஸந்த்?'

'பாஸ்! நல்லவேளை நீங்க டிவி பாக்கறதில்லை. இதைவிட அபத்தமெல்லாம் ஓடிக்கிட்டிருக்கு. ஒருத்தன் விரல் ரேகைய பார்த்து 'நீ வர்ற பதினேட்டாம் தேதி ஆறு முப்பத்தாறுக்கு செத்துருவே'ங்கறான். அப்பறம் மூணு வயசு குட்டிக் குழந்தை சிரிச்சுகிட்டே கையைத் தூக்குது. அண்ணாசாலையில் சிங்கம் வரது.'

கணேஷ் தலையை ஆட்டினான். 'வேர் ஆர் வி ஹெடிங்?'

ப்ரேர்ணா சற்று பயத்தோடுதான் வந்தாள்.

'ஜெயில்ல போட்டாச்சில்லை? இனிமே தப்பிச்சுகிட்டு வர மாட்டானே?'

'மாட்டான், அவனால் உங்களுக்கு ஏதும் அபாயமில்லை.'

'காபி சாப்பிடறிங்களா, சுமாரா இருக்கும். சிக்கரி ஜாஸ்தியா இருக்கும். உக்காருங்க.'

அசௌகரிய அக்ரிலிக் நாற்காலிகளில் உட்கார்ந்து கொள்ள ப்ரேர்ணா, 'உங்களை சில கேள்விகள் கேட்டே ஆகணும். நான் மறுபடி கோர்ட்டுக்கு போகவேண்டி வருமா, சாட்சி சொல்ல?'

'அதுக்கு முன்னாடி செல்லப்பாவுக்கு எப்படி அம்மிணிங்கற உங்க செல்லப்பேரு தெரிஞ்சது? அவன் சந்தருக்கு எதாவது நண்பனா, உறவா?'

'எனக்கும் ஆச்சரியமா, பயமா இருந்தது. என்னவோ அவன் கிட்ட ஃபெமிலியரா இருந்தது. குரலோ வாசனையோ சந்தரை ஞாபகப்படுத்தியது. மொட்டை மாடியில என்னைக் கட்டிக் கிட்டு அழறப்ப என்னவோ ஒண்ணு ஃபெமிலியரா இருந்துச்சு.'

'ப்ரேர்ணா ஒரு காரியம் செய்விங்களா?'

'சொல்லுங்க. என்னைக் கொலைக் குற்றத்திலிருந்து காப்பாத்தினிங்க. என்ன செய்யணும் சொல்லுங்க.'

'செல்லப்பாவை லாக் அப்ல நாங்க போய் சந்திக்கப் போறம். நீங்க கூட வரணும்.'

'எதுக்கு?' என்றாள் குரலில் அதிர்ச்சியுடன்.

'அவனை நீங்க ஒரே ஒரு கேள்வி கேக்கணும்.'

'என்ன கேள்வி.'

'போறப்ப சொல்றேன்.'

'பயமா இருக்கு கணேஷ்.'

‘நாங்கதான் பக்கத்திலேயே இருக்கமே’

‘விலங்கு மாட்டிருக்கும் இல்லை?’

‘நிச்சயம்.’

‘அவன் பைத்தியம் கணேஷ். கடிச்சாலும் கடிச்சுருவான்.’

‘அவன் பைத்தியம் இல்லைன்னு நினைக்கிறேன். எப்படி உங்களுக்கு அவனை அணுக தைரியம் வந்தது?

‘ஒண்ணும் பண்ணமாட்டான்னு உள்ளுணர்வில் தெரிஞ்சது.’

‘அதே தைரியத்தில்தான் நாம் இப்ப அவனைப் பார்க்கப் போறோம். அவன் உங்களை ஒண்ணும் பண்ணமாட்டான்.’

ப்ரேர்ணா, ‘வாங்க சார்! இவர் பேரு சேகர் சம்பத். வாழ்க்கைப் படகு டிவி சீரியல் டைரக்டர்’ என்று கதர் ஜிப்பா, குறுந்தாடி, பான் பராக் இளைஞர் ஒருவரை அறிமுகப்படுத்தினாள். ‘இது கணேஷ், இது வஸந்த்.’

‘ஒரு மணி நேரம் இவங்ககூட போய்ட்டு வர்றேன் சேகர், ப்ரேக் விட்டுருங்க.’

வஸந்த் டைக்டருடைய கையைக் குலுக்கிவிட்டு, ‘ஆமாம், உங்க மெகா சீரியல்ல மாசம் ஒருமுறையாவது கதை நகருதோ?’ என்றான்.

அவர் சிரித்து ‘தேவையில்லைங்க’ என்றார்.

‘பின்ன எப்படி தாக்குப்பிடிக்கறிங்க?’

‘டி.ஆர்.பி. ரேட்டிங்குனு ஒரு மந்திர வார்த்தை இருக்குது. அதுக்கும் தரத்துக்கும் சம்பந்தமில்லை. டெய்லி சோப்புங்கறது பான் பராக் மாதிரி ஒரு பழக்கம். போடறிங்களா’ என்று மஞ்சள் பாக்கெட்டை நீட்ட கணேஷ், ‘வேணாம்’ என்றான். வஸந்த் ஒரு கல் எடுத்துக்கொண்டான். ‘அதாவது சில பேருக்கு அதை பாக்காட்டா தூக்கம் வராது.’

‘ஏன், பாத்ரூம்கூட வராது. சில பேருக்கு எப்பவாவது பாத்தாலும் கதை புரியணும்! கதையே இல்லைன்னா ப்ராப்ளம் இல்லை, பாருங்க! மக்கள் டேஸ்ட்டுக்கு எடுக்கறம், நீங்க நடிக்கறிங்களா?’

‘இல்லைங்க, எனக்கு கேமராவைக் கண்டா அலர்ஜி. காதோரத்தில் சிவந்து நாசி துடிக்கும்.’

செல்லப்பாவை போலீஸ் கஸ்டடியில எங்கே வைத்திருந்தார்கள் என்பதை அறிந்து, இன்ஸ்பெக்டர் இன்பாவை அழைத்துக் கொண்டு போகலாம் என்றான் கணேஷ்.

‘அவங்க எதுக்கு பாஸ்?’ என்றான் வஸந்த்.

‘இல்லைடா, காவல் நிலையத்தில ப்ரச்னை வராம... டேய்! கேலி பண்றியா?’

‘அந்தக் குழந்தை எப்படி இருக்கு?’ என்றாள் ப்ரேர்ணா.

‘ட்ரௌமடைஸ் ஆயிருச்சுன்னாங்க. பத்து பதினைஞ்சு நாள் ஆகுமாம் நார்மலாக’

‘அந்தக் குழந்தையை எடுத்து வளக்கறாங்கறதே ரொம்பப் பெரிய தியாகம், தங்கைகூட இல்லையாமே?’

‘யார் சொன்னாங்க? தங்கச்சிதாங்க அது.’

‘ஏதோ ஆர்ஃபனேஜ்ல எடுத்து வளக்கறாங்களாம்.’

‘இல்லைங்க. சொந்தத் தங்கைதாங்க. அதை வளக்கறதில உள்ள தியாக ஜோதியே போதுங்க’ என்றான் கணேஷ். இன்பா காவல் நிலையத்தில் காத்திருந்தாள்.

‘உங்களுக்கு ஒரு ஷாக், இன்பா.’

‘என்ன வோல்டேஜ்?’

‘200 கிலோ வோல்ட்.’

வராந்தா போல இருந்த இடத்தை அடுத்து லாக் அப் இருந்தது. அதில் செல்லப்பா தரையில் குந்தி உட்கார்ந்திருந்தான். முழங்காலைக் கட்டிய கைகளுக்கு இடையில் முகம் புதைத்திருந்தான்.

‘செல்லப்பா?’

பதில் இல்லை.

கணேஷ், 'சந்தர்! ப்ரேர்ணா வந்திருக்கா பாரு. உன்னைப் பாக்க!' செல்லப்பா நிமிர்ந்தான்.

'சந்தரா?' என்றாள் ப்ரேர்ணா அதிர்ந்து.

'ப்ரேர்ணா' என்று அவன் அருகில் வந்தான். 'என்னைத் தெரிஞ்சுருச்சா ப்ரேர்ணா. என்னைத் தெரிஞ்சுபோச்சா?'

'எனக்குத் தெரிஞ்சு போச்சு' என்றான் கணேஷ். அறையின் கம்பிகளுக்குள் கைவிட்டு, அடர்ந்த தலைமுடியைச் சேர்த்து பின் பக்கம் தள்ளி, அவன் அணிந்திருந்த 'விக்'கை பிய்த்துப் போட்டான்.

அகன்ற, நரம்பு ஓடும் நெற்றி தெரிய 'இப்ப பாரு ப்ரேர்ணா, இந்த மூஞ்சியை கவனமாப் பாரு. காதில கடுக்கண் இல்லாம கண்ல மை இல்லாம ட்ரிம் பண்ணாத புருவத்தோட பாரு. இது யாரு சொல்லு!'

ப்ரேர்ணா வாயடைத்து நின்றாள். ஜன்னமான குரலில் 'சந்தர் நீயா!'

'நான்தான் ப்ரேர்ணா! நான் சாகலை. சாகடிச்சேன்.'

'என்ன கணேஷ், ஏதும் விளங்கலையே?'

'இன்பா, உடனே ஒரு மாஜிஸ்ட்ரேட் ஆர்டர் வாங்கி நாளைக்கு காலையில ஒரு எக்ஸ்யுமேஷனுக்கு ஏற்பாடு செய்துருங்க.'

'ஏங்க? எதுக்குங்க?'

'புதைச்சது இந்தம்மாவுடைய கணவன் இல்ல. தற்கொலை முயற்சியில் அவன் சாகலை. தப்பிச்சுக்கிட்டு பழிவாங்க வேற ரூபத்தில் வந்திருக்கான். இவன்தான் செல்போன்லயும் பேஜர்லயும் செய்தி அனுப்பிச்சவன். இவன்னு நம்பி வேற ஒரு பாடியைப் புதைச்சிருக்காங்க. ஜோ ராஜசேகர்ங்கறவர் செமட்ரில புதைச்ச இடத்தை அடையாளம் காட்டுவார்!

'என்னங்க?'

இதற்குள் அம்மிணி அம்மிணி என்று அவன் அழுது கொண்டிருந்தான். 'சொல்லு அம்மிணி! அன்னிக்கு ராத்திரி நான் ஏர் போர்ட்லருந்து திரும்பி வந்தப்ப என்ன ஆச்சு?'

'சந்தர்! நான் உனக்கு துரோகம் செய்யலை, சந்தர்! அதை நீ நம்பித்தான் ஆகணும்.'

'பாபு?'

'ராஜு, பாபு யாரும் இல்லை சந்தர்.'

'கணேஷ்! இவளுக்காக என்னவெல்லாம் செய்தேன். என்னவெல்லாம் கஷ்டப்பட்டேன்!'

'பாபுவை, நீதானே கொன்னே?'

'எல்லா கொலையும் நான்தான் கணேஷ். பாழாப்போறவ மேல ஏற்பட்ட வெறித்தனம், அன்பு, சந்தேகத்தால இவளை யாரும் விகல்பமா ஒரு மாதிரி பார்த்தாக்கூட எனக்குத் தாங்காது.'

கொஞ்ச நேரம் அழுதான்.

'கணவனை ஏமாத்தற எல்லா மனைவிகளையும் சொல்லணும். அதை தடுக்கற உன்னை, வஸந்த்தை, இந்த இன்ஸ்பெக்டரை எல்லாரையும் கொல்லணும்னு தீர்மானிச்சுட்டேன். கணேஷ்! உனக்குக் கல்யாணம் ஆயிடுச்சா'

'இன்னும் இல்லை.'

'பண்ணிக்க! ஆனா அழகான பொண்ணைப் பண்ணிக்காதே. பார்யா ரூபவதி சத்ரு.'

'இன்பா, இவன்கிட்ட ஒரு கன்ஃபெஷனல் ஸ்டேட்மெண்ட் வாங்கிருங்க.'

அதிகாலை ஏறத்தாழ ஒன்றரை மணி நேரம் தோண்டியபின் சவப்பெட்டி வெளியே எடுக்கப்பட்டது. விளிம்பில் கரையான் சாப்பிடத் தொடங்கியிருந்தது. மூடி சற்றே பிளந்து, மண் நிரம்பியிருந்தது.

பெட்டியைத் திறந்ததும் சவத்தின்மேல் போட்டிருந்த வெள்ளைச் சட்டையும் கரிய நிற கால்சராயும் காலில் அணிந்திருந்த சாக்ஸும் அதிகம் சேதமில்லாமல் இருக்க சவத்தின் இடது கை உருவம் இழந்திருந்தது. உடல் பாதி அழுகிய நிலையில் இருந்தது. தலைமயிர் நெற்றியில் துவண்டாலும் கண்களுக்கு பதில் பள்ளங்களும் மண்டை ஓட்டின் முதல் அடையாளங்களும் தெரிந்தன. தசைகள் கருஞ்சிவப்பில் இருந்தன. பற்கள் பத்திரமாக இருந்தன.

'புரட்டிப் பாத்துருங்க வியாஸ்' என்றாள் இன்பா. வஸந்த் முகத்தைக் கைக்குட்டையால் மூடிக்கொண்டு, அந்த இடத்தை விட்டு வெளியே நடந்தான். 'எனக்கு இனிமே தாங்காது பாஸ்! எதுக்கு இந்த எக்ஸ்யுமேஷன்?'

'ஒரு விதமா ஊர்ஜிதப்படுத்தறதுக்குத்தான்.'

'நல்ல வேளை வயிறு விலாவெல்லாம் அதிகம் சேதமில்லாம இருக்கு. அந்த தற்கொலை செய்துகொண்டவன் ஆடாப்ஸி ரிப்போர்ட்ல விலாவில வெட்டுக் காயம் இருக்கறதாக் குறிப்பிட்டிருக்காங்க. அதை வெச்சுட்டு பாடி சந்தருடையது இல்லைன்னு நிரூபிக்கப் போறாங்க' என்றாள் இன்பா.

'அப்ப சந்தர்தான் செல்லப்பா!'

சில தினங்கள் கழித்து அவர்கள் மூவரும் ஒரு கடற்கரை ரெஸ்டாரண்டில் அலுமினிய நாற்காலிகளில் வண்ணக் குடைக்கு கீழ் வீற்றிருந்தார்கள். இன்பாவின் தங்கை சுத்தமாக உடை அணிந்து, தலைவாரிப் பின்னப்பட்டு, மணலில் ஒரு நாய்க்குட்டியுடன் விளையாடிக்கொண்டிருந்தாள். விளிம்பலங்காரங்கள் கொண்ட மூன்று ஜூஸ் கோப்பைகள் வைக்கப்பட அதை இன்பா லேசாக மாதிரி பார்த்து, 'நல்லாருக்கு' என்றாள்.

'கொஞ்சம் ரம் சேர்க்கச் சொன்னேன்.'

அவள் சட்டென்று சுவைப்பதை நிறுத்தி, 'விளையாடாதிங்க வஸந்த்!' என்றாள்.

வெண் மணலும் அலைகளும் துல்லிய வானமும் கடற்பறவைகளும் நல்ல காரியங்கள் செய்துகொண்டிருக்க 'சந்தர்தான் செல்லப்பா' என்றான் வஸந்த்.

கணேஷ், 'என் வாழ்நாளில் இந்த மாதிரியான கேஸை இதுவரை நான் பார்த்ததில்லை' என்றான். 'எப்ப இவனுக்கு இப்படி ஐடியா தோணிச்சு? ஸ்டேட்மெண்ட் கொடுத்துட்டானில்லை?'

'குடுத்தாச்சு, ஐசியுல பிழைச்சிருக்கான். சாயங்காலம் எந்திரிச்சுட்டானாம். வீட்டுக்குத் திரும்பி வந்திருக்கான். திகைச்சுப் போய்ட்டான். இங்க வந்தா சவப்பெட்டியை எடுத்துகிட்டு போறதப் பார்த்து, தான் செத்துப் போய்ட்டதா எல்லாரும் நம்பறாங்கன்னு கண்டுகிட்டான். அப்புறம்தான் எல்லா வேலையும் செய்திருக்கான். தோற்றத்தை மாத்திக்கிட்டான். அவளை டெரிஃபை பண்ற மாதிரி பேஜர்ல, செல்போன்ல செய்திகள், மெஸ்காலின் மாதிரி ஒரு லேகியம் ராயபுரத்தில் அரைக் கிலோ வாங்கி வெச்சிருக்கான். அதைத்தான் நம்ம எல்லோருக்கும் சாக்லேட்ல கொடுத்திருக்கான்.

'புத்தி பேதலிச்சுருச்சு.'

'இல்லை வஸந்த்! இவன் அத்தனையும் திட்டமிட்டுப் பண்ணியிருக்கான். காரியப் பைத்தியம்னுதான் எண்ணறேன். கணேஷ், நீங்க என்ன நினைக்கறிங்க?'

'இவனை தண்டனையிலிருந்து தப்பிக்க வெக்கறது சுலபம்.'

'இன்ஸானிட்டி ப்ளீ.'

'அவனுக்கு தண்டனை கொடுக்க என்ன பண்ணணும் கணேஷ்.'

'ஒரே ஒரு வழிதான் இருக்கு. சொல்லட்டுமா?'

'சொல்லுங்க.'

'லாக் அப் டெத்! ரொம்ப சுலபம் உங்க டிப்பார்ட்மெண்ட்டுக்கு.'

இன்பா யோசித்தாள். 'வேண்டாம் கணேஷ்! அப்படி வேண்டாம். நீதித்துறையே அவனுக்கு தண்டனை தீர்மானிக்கட்டும்.'

வஸந்த், 'நீங்க போலீஸ் டிப்பார்ட்மெண்டுக்கு லாயக்கில்லை' என்றான். 'இன்பா! பேசாம எங்க பாஸை கல்யாணம் பண்ணிருங்களேன்.'

'ஓ! சம்மதம்!' என்றாள், கணேஷை பார்த்துக்கொண்டு.

கணேஷ், 'எனக்கும் சம்மதம்தான்! ஆனா. செல்லப்பா அன்னைக்குச் சொன்ன உபதேசம்தான் உறுத்துது!'

'என்ன?'

'கல்யாணம் பண்ணிக்க. ஆனா அழகான பொண்ணைக் கல்யாணம் கட்டாதேன்னான். பார்யா ரூபவதி சத்ரு!'

இன்பா கன்னம் சிவந்தாள்.
